द डाइव्हिंग बेल ॲण्ड द बटरफ्लाय

मूळ लेखक

जीन-डोमिनिक बॉबी

अनुवाद

डॉ. धरणीधर रत्नाळीकर

मेहता पब्लिशिंग हाऊस

The Diving-Bell And The Butterfly by Jean-Dominique Bauby

© 1997 Editions Robert Laffont

Translated in Marathi language by Dr. Dharnidhar Ratnalikar

द डाइव्हिंग बेल ॲण्ड द बटरफ्लाय / आत्मकथन

अनुवाद : डॉ. धरणीधर रत्नाळीकर, सिंहगड कॉलेज, स्टाफ क्वॉर्टर्स, साऊथ ब्लॉक, क्वॉर्टर नं ४, वडगाव बुद्रुक, सिंहगड रोड, पुणे - ४१

मराठी अनुवादाचे व प्रकाशनाचे हक्क मेहता पब्लिशिंग हाऊस, पुणे ३०

प्रकाशक : सुनील अनिल मेहता, मेहता पब्लिशिंग हाऊस, १९४१, सदाशिव पेठ, माडीवाले कॉलनी, पुणे - ४११ ०३०

अक्षरजुळणी : इफेक्ट्स, २१/६ब, आयडिअल कॉलनी, कोथरूड, पुणे - ३८

मुखपृष्ठ : चंद्रमोहन कुलकर्णी

प्रथमावृत्ती : नोव्हेंबर, २०१०

ISBN 978-81-8498-181-0

माझी मुलं थिओफाइल आणि सिलेस्टी तसेच क्लॉडी मेंडिबिल
यांच्या प्रति अंत:करणपूर्व कृतज्ञता!
माझी कथा जशी जशी उलगडत जाते,
तसे तसे त्यांचे महत्त्वाचे योगदान प्रत्येक पानापानातून स्पष्ट होते.

अनुक्रम

पार्श्वभूमी

खिडकीच्या पडद्यामागून डोकावणारा प्रकाश उजाडले आहे याची जाणीव करून देत होता. माझ्या टाचा दुखत होत्या. मणामणाचे ओझे ठेवल्याप्रमाणे डोके जड झाले होते. एखाद्या अदृश्य राक्षसी शक्तीने संपूर्ण शरीर जखडून टाकल्यासारखे वाटत होते. मी मागच्या सहा महिन्यांपासून खेकडा खडकाला चिकटून राहावा तसा अंथरुणाला खिळून पडलो होतो. खोली हळूहळू प्रकाशाने उजळत होती. भिंतीवर लावलेली चित्रे, मुलांची ड्रॉईंग्स, आप्तांचे फोटो आणि पॅरिस-रॉबेक्स दुचाकी स्पर्धेच्या आदल्याच दिवशी एका मित्राने पाठवलेल्या एका चिमुकल्या सायकलस्वाराचे चित्र अशा खोलीतल्या सर्व वस्तूंवरून मी नकळत नजर फिरवली.

मी कुठे आहे, याचे जास्त वेळ आश्चर्य करण्याची आवश्यकता नाही किंवा मागच्या वर्षी शुक्रवार, ४ डिसेंबर रोजी माझा माझ्या पूर्व आयुष्याशी संबंध संपला याची आठवण करण्याचीही आवश्यकता नाही.

त्या दिवसापर्यंत मला ब्रेन-स्टेम हा शब्दसुद्धा माहीत नव्हता. आपल्या शरीरातील संगणकाचा मेंदू व पाठीचा कणा यांना जोडणारा ब्रेन-स्टेम हा एक अतिशय महत्त्वाचा व अविभाज्य अवयव असतो, हे मला त्याच दिवशी कळले. मला सेरिब्रो व्हॅस्क्युलर अपघात झाला होता आणि माझे ब्रेन-स्टेम निकामी झाले होते. या दुर्दैवी घटनेने मला ब्रेन-स्टेमच्या अस्तित्वाची क्रूरपणे जाणीव करून दिली. यापूर्वी असा समज होता की, एक 'असह्य झटका' बसतो आणि बस्स! आपण मरण पावतो. पण

बदलत्या तंत्रज्ञानाने या वेदनेस काही वेळापुरते थोपवून जीवदान दिले आहे आणि आपल्या समाजात सुधारणा केली आहे. आपण मरत नाही, जिवंत राहतो; पण जिवंतपणा नसतो. 'विकृतीचे गुलाम' होऊन जगतो किंवा जगावे लागते. नखशिखान्त पॅरेलेसिस झालेले शरीर, बंदिस्त शरीरात मन अनाघ्रात असते; पण बोलता येत नाही, हालचाल करता येत नाही. एक अपंग रुग्ण होऊन जगावे लागते. माझ्या बाबतीत सांगायचे, तर फक्त डाव्या डोळ्याच्या पापणीची उघडझाप एवढेच एक संपर्कसाधन उरले होते.

व्यथा भोगणाऱ्याला चांगली बातमी सगळ्यात उशिरा कळते. आजाराचा माझ्यावर नेमका काय परिणाम झाला आहे, हे कळण्यापूर्वी वीस दिवस मी संपूर्णतः बेशुद्धावस्थेत होतो. कित्येक आठवडे मला माझे भानच नव्हते. मी कसल्यातरी गुंगीतच जगत होतो. जानेवारी अखेरपर्यंत मला पूर्ण शुद्ध आलीच नाही आणि जेव्हा शुद्ध आली तेव्हा कळले की, मी फ्रेंच-चॅनेल-कोस्टवर बर्क-सर-मेर येथील नेव्हल हॉस्पिटलच्या रूम नं. ११९ मध्ये आहे. याच खोलीत मी आता प्रथमच सूर्यप्रकाश पाहत आहे.

इतर सर्व दिवसांसारखा सर्वसामान्य दिवस. सात वाजता चर्चमधील घंटानाद झाला व तो दर पंधरा मिनिटांनंतर होत होता आणि वेळेची जाणीव करून देत होता. माझ्या श्वासनलिकेत कोंबलेल्या नळ्यांतून रात्रीच्या उसंतीनंतर पुन्हा आवाज येत होता. पिवळ्या चादरीवर वाकडेतिकडे होऊन पडलेले माझे हात दुखत होते; पण त्यांचा दाह किंवा बर्फासारखा थंडपणा दोन्ही मी कोणाला सांगू शकत नव्हतो. हाता-पायातला ताठरपणा घालवण्यासाठी मी ते ताणण्याचा खूप प्रयत्न करत होतो, तेव्हा ते अगदी कणभर हलल्यासारखे वाटत होते. त्यामुळेही सतत दुखणाऱ्या अवयवांना काही क्षण का होईना वेदनेपासून मुक्ती मिळाल्यासारखी वाटत होती.

मन जेव्हा फुलपाखरासारखे भिरभिरायचे तेव्हा शरीरकोशाच्या वेदना थोड्या कमी झाल्यासारख्या वाटायच्या. फारसे काही करण्याजोगे नव्हते. फुलपाखरूरूपी मन वेळेसोबत अवकाशात भिरभिरायचे. कधी टिएरा डेलफ्युगोला भेटायला जायचे तर कधी मिडास राजाच्या दरबारात हजेरी देऊन यायचे.

तुम्ही प्रेयसीच्या भेटीसाठी जाऊ शकता. हळूच तिच्या कुशीत शिरून शांत झोपेत असलेल्या तिच्या चेहऱ्यावर टिचकी मारून येऊ शकता. स्पेनमध्ये किल्ले बांधू शकता. गोल्डन फ्लसीसची चोरी करू शकता. ॲटलांटिसचा शोध लावू शकता. बालपणीची स्वप्ने अनुभवू शकता. तारुण्यातील आकांक्षांचा परामर्श घेऊ शकता.

मनासोबत कल्पनाविश्वात भरकटणे बस झाले आता. थोड्याच वेळात माझ्या प्रकाशकाचा माणूस नोंदी घेण्यास येईल तेव्हा मला माझ्या आजारपणाच्या अनुभवाची खडान्खडा माहिती तयार ठेवणे आवश्यक आहे. मी डोक्यात शब्दांची जुळवाजुळव करू लागलो. वाक्ये तयार करू लागलो. त्यांची कैक वेळा पुनरावृत्ती करू लागलो. त्यामुळे मला वाक्यन्वाक्य, परिच्छेदच्यापरिच्छेद अनुक्रमे पाठच झाले.

साडेसात वाजले. ड्युटीवरच्या नर्सने माझ्या विचारशृंखलेत व्यत्यय आणला. अंगवळणी पडलेल्या सवयीने तीपडदा सरळ करते. मला लावलेल्या सर्व नळ्या तपासते. त्यातून अन्नपूरक द्रव टाकते. टी.व्ही. लावते. म्हणजे मी बातम्या किंवा तत्सम कार्यक्रम पाहू शकेन आणि निघून जाते. पण आता टी.व्ही.वर कार्टून शो लागला आहे. त्यात पश्चिमेकडील अत्यंत चपळ बेडकाच्या साहसी करामती दाखवण्यात येत आहेत. आणि एक क्षण मनात विचार डोकावून गेला – मी असाच बेडूक झालो तर? पुढे काय?

व्हीलचेअर

नर्सेस, सेवक, फिजिओथेरपिस्ट, इतर व्यावसायिक थेरपिस्ट, सायकॉलॉजिस्ट, न्युरॉलॉजिस्ट, काही शिकाऊ डॉक्टर, इतकेच नव्हे तर विभागप्रमुख सगळे
एकदम नीटनेटक्या, पांढऱ्या स्वच्छ एप्रनमध्ये माझ्या खोलीत अचानक आले. एवढे सगळे पांढरे कोट माझ्या खोलीत मी एकदम कधीच पाहिले नव्हते व अपेक्षिलेही नव्हते. जणू पूर्ण हॉस्पिटलच माझ्या छोट्याशा खोलीत अवतरल्याचे पाहून मला धक्काच बसला. त्यांना चाकाच्या खुर्चीसह पाहून एक क्षण मला वाटले की, दुसऱ्या एखाद्या रुग्णासाठी माझी खोली रिकामी करावयाची असेल. मी काही आठवड्यांपासून या हॉस्पिटलमध्ये होतो. या दैनंदिन आयुष्याची जवळजवळ सवयच झाली होती. तरीही व्हीलचेअर आणि माझा काय ऋणानुबंध असावा, याची मी कल्पनासुद्धा करू शकत नव्हतो.

आजपर्यंत मला माझ्या आजाराची किंवा सुधारण्याची स्पष्ट माहिती किंवा अस्पष्ट कल्पनासुद्धा देण्याची कोणीही तसदी घेतली नव्हती. सर्व जण जेव्हा आपापसात कुजबुजत किंवा चर्चा करत, तेव्हा मी कानात प्राण आणून ऐकण्याचा प्रयत्न करत असे व मला एकाच गोष्टीची खात्री पटली की, मी लवकरच हालचाल करू शकेन व बोलू शकेन.

माझे स्वैर भटकणारे मन मात्र हजारो गोष्टींचा विचार करण्यात मग्न होते. कादंबरी, प्रवास, खेळ तर कधी अनेक फळांचा नवीन प्रकारचा रस तयार करणे (कसा ते विचारू नका. मी कृती विसरलोय.) व तो लोकप्रिय करणे इत्यादी कल्पनांत मन रमत होते.

त्यांनी तत्काळ माझे कपडे बदलले. "तुमच्या मनाला बरे वाटेल कपडे बदलून." न्युरॉलॉजिस्ट म्हणाले. या पिवळसर नायलॉन हॉस्पिटल-गाऊनपेक्षा मला माझा चौकड्यांचा शर्ट, जुनी पँट आणि ढगळ स्वेटर घालायला आवडला असता. पण जराही त्राण नसलेल्या, मणामणाचे ओझे वाटणाऱ्या माझ्या हाता-पायांना हलवून ते कपडे घालणे, हे प्राणान्तिक वेदना देणारे होते.

असो. माझे कपडे बदलल्यानंतर त्यांनी पुढच्या कार्याला सुरुवात केली. दोघा सहायकांनी माझ्या खांद्याला व पायाला धरून मला उचलले आणि चाकाच्या खुर्चीमध्ये टाकण्याचा सोपस्कार पूर्ण केला. या प्रक्रियेत कुठल्याही प्रकारच्या सहानुभूतीचा किंवा भावनेचा लवलेशसुद्धा दिसून आला नाही. ज्याच्या स्थितीविषयी अंदाजही बांधता येऊ नये, असा रुग्ण आता मी नव्हतो. मला क्वाड्रिप्लेजिक म्हणून बढती मिळाली होती. मला चाकाच्या खुर्चीत टाकल्याचा विजयी आनंद त्यांनी व्यक्त केला नाही, पण ते माझ्याजवळ आले. माझे केअरटेकर मला व्हरांड्यात फिरवत होते. शरीराच्या अशा स्थितीमुळे अनियंत्रित स्नायूंना आखडलेपण येत नाही ना, याचे ते निरीक्षण करत होते. व्हरांड्यात फिरवत असताना मला धक्का बसणार नाही किंवा माझा तोल जाणार नाही, याची ते काळजी घेत होते. त्यांनी माझ्या पाठीशी किंवा डोक्यामागे नरम उशी ठेवायला हवी होती. माझी मान व डोके सारखे हलत होते. एखाद्या सुदृढ आफ्रिकन महिलेच्या कानातील जडजड अलंकार काढल्यावर तिच्या मानेवरील ताण अचानक कमी झाल्याने तिच्या मानेची जशी अवस्था होईल, तशीच काहीशी माझी अवस्था झाली होती.

या सर्व क्रूर प्रक्रियेत माझी स्वप्ने व आशाआकांक्षा उद्ध्वस्त होत होत्या. इतक्यात सोबतच्या फिजिओथेरपिस्टने धैर्य देण्यासाठी व आत्मविश्वास वाढवण्यासाठी एखादी आनंदाची बातमी सांगावी त्याप्रमाणे सांगितले, "तुम्ही स्वत:सुद्धा व्हीलचेअरचा ताबा घेऊन तोल सांभाळू शकता." उत्तेजनार्थ उच्चारलेले ते शब्द जन्मठेपेची शिक्षा सुनावल्यासारखे माझ्या कानात घुमले व हृदय चिरून गेले. क्षणभरातच मला सत्य परिस्थितीची वीज कोसळल्यासारखी जाणीव झाली. अणुस्फोटानंतर डोळ्यांसमोर येणाऱ्या अंधारापेक्षाही अधिक अंधारी आल्यासारखे मला वाटले. गिलोटिनच्या धारदार पात्यापेक्षाही धारदार पात्याने चिरल्यासारखी ती

जाणीव होती. सर्व जण निघून गेले.

तीन सेवकांनी मला खोलीत परत आणले आणि पुन्हा व्हीलचेअरमधून उचलून अंथरुणात निजवले. निजवले कसले, 'टाकले!' मला मात्र एखाद्या चित्रपटात गुंडांच्या टोळीने त्यांच्याविषयी माहिती देणाऱ्या माणसाचा खून करून त्याचा मृतदेह गाडीत कोंबावा असे वाटले. आता व्हीलचेअर एका कोपऱ्यात विरक्त उभी होती. तिच्या निळ्याभोर प्लॅस्टिकच्या पाठीवर माझे कपडे फेकण्यात आले होते. शेवटची पांढऱ्या कोटातील व्यक्ती बाहेर पडण्यापूर्वी मी खुणेने त्यांना टी.व्ही. चालू करण्याची विनंती केली. त्यांनीसुद्धा हलक्या आवाजात टी.व्ही. चालू केला. टी.व्ही.वर माझ्या वडिलांचा आवडता कोड्यांचा कार्यक्रम 'लेटर्स अॅण्ड नंबर्स' सुरू होता. पहाटेपासून सतत चालू असलेल्या रिमझिम पावसामुळे खिडकीवरून पाणी ओघळत होते.

प्रार्थना

चाकाच्या खुर्चीमुळे बसलेला 'धक्का' मदत करणाराच ठरला. अनेक गोष्टी स्पष्ट होऊ लागल्या व विचारसरणीत बदल होण्यास खूप मदत झाली.

मोठमोठी स्वप्ने रंगवून मनाला क्लेश करून घेणे मी आता बंद केले. माझ्यावर ओढवलेल्या दुर्दैवी आघातामुळे माझा जिवाभावाचा दुरावलेला मित्रपरिवार आता जवळ येण्यास धजत होता. आम्ही मोकळेपणाने पुन्हा गप्पा मारू लागलो. माझ्या लॉक्ड इन सिंड्रोम या आजाराविषयीही आम्ही चर्चा करू लागलो. त्या बोलण्यात एक प्रकारची सांत्वनाची भावना व प्रेम असे.

लॉक्ड इन सिंड्रोम हा एक अत्यंत दुर्मीळ आजार असतो. एखाद्या असाध्य आजाराच्या सापळ्यात सापडणेसुद्धा लॉटरी लागण्यासारखा दुर्मीळ योगच असतो! मी माझे डोके हलवू शकत होतो. मान वळवू शकत होतो. या आजाराने ग्रस्त असणारे केवळ दोन रुग्ण बर्कमध्ये होते आणि माझी केस पुरेशी 'क्लासिक' नव्हती. हे खरेतर या आजाराच्या लक्षणांमध्ये बसत नव्हते. या आजाराला बळी पडणारे बहुतेक जण 'केवळ' अस्तित्वात असत. जिवंतपणाचे इतर कोणतेही लक्षण नसे. त्यामुळे या आजाराच्या स्वरूपाविषयी पुरेशी माहितीच नव्हती. फक्त माझ्या बाबतीत एवढेच माहिती असे की, एकदा का मज्जासंस्थेमध्ये सुधारणा झाली की, सर्व सुधारणा होईल. फक्त ती सुधारणा केसाच्या वाढीच्या गतीने होईल. मला माझ्या पायाच्या अंगठ्याची हालचाल करता येण्यासाठीसुद्धा बरीच वर्षे लागणे शक्य होते.

माझ्या श्वासनलिकेत सुधारणा व्हावी अशी माझी अपेक्षा होती. एखाद्या सर्वसामान्य व्यक्तीप्रमाणे नळ्यांशिवाय खाता येण्यासाठी बराच काळ जावा लागेल, असे वाटत होते. आधी मला नैसर्गिकरित्या श्वास घेता येईल. त्यासाठी या कृत्रिम उपकरणांची आवश्यकता भासणार नाही. श्वसन चालू झाल्यानंतर माझ्या स्वरयंत्रामध्ये आपोआप पुरेशी स्पंदने निर्माण होतील.

पण तूर्त माझ्या तोंडातून सतत बऱ्याच प्रमाणात लाळ गळते. ती जरी मी गिळू शकलो, तरी मी स्वतःला जगातील सर्वांत सुखी माणूस समजेन. तसा मी पहाटेपासून टाळूच्या आतल्या बाजूने जीभ वळवण्याचा प्रयत्न करत असतो. गिळण्याची क्रिया शक्य व्हावी, यासाठीच हा व्यायाम. इतकेच नव्हे, तर हितचिंतक-मित्रांनी आणलेले ताईत वापरतो. खोलीत सतत सुगंध दरवळावा अशा धूपदाण्या भिंतीवर टांगून ठेवल्या आहेत. जगभर फिरणाऱ्या एका मित्राने आणून दिलेल्या मंतरलेल्या दगडाची स्थापना माझ्या खोलीत करून त्यालासुद्धा खोलीत व मनात स्थान दिले आहे. जगभरातील अनेक धार्मिक स्थळांवर माझ्या जिवलग नातेवाइकांनी व मित्रांनी माझ्यासाठी प्रार्थना केली. ही आध्यात्मिक ऊर्जा एकवटण्याचा मी प्रयत्न करत असतो. मला जर कोणी म्हणाले की, बर्टनच्या चॅपेलमध्ये माझ्यासाठी मेणबत्त्या लावल्या किंवा नेपाळच्या मंदिरात माझ्यासाठी मंत्रोच्चार केला किंवा जप केला, तर मी लगेच मनोमन मनोभावे त्या स्थानास नमन करतो आणि प्रकृतीत विशिष्ट सुधारणा होण्यासाठी प्रत्येकाची प्रार्थना करतो. एका परिचित स्त्रीने कॅमरूनच्या एका संतास माझ्या सुधारणेप्रीत्यर्थ आफ्रिकेच्या देवास साकडे घालण्यासाठी आग्रह धरला असे सांगितल्याचे कळले, तेव्हा मी त्या आफ्रिकन देवास 'माझा फक्त उजवा डोळा तरी दुरुस्त कर' अशी प्रार्थना केली. 'बोर्डोक्स ब्रदरहुड'मधील ब्रदर्ससोबत माझ्या सासूबाई प्रार्थना करतात. अनेकदा त्या प्रार्थना माझ्यासाठी असतात. माझे श्रवणेंद्रिय पूर्ववत करण्यासाठी मी त्या प्रार्थनांवर अवलंबून आहे. मी कधीकधी मनाने त्यांच्या या प्रार्थना चोरून ऐकण्याची किंवा त्या स्वर्गाप्रती कशा जात असतील ते पाहण्याची कल्पना करतो.

आतापर्यंत तरी या सर्व प्रयत्नांचा काही विशेष परिणाम दिसून आला नाही. जेव्हा मुस्लीम धर्मवेड्यांनी या ब्रदरहुडमधील सात ब्रदर्सचे गळे

कापल्याचे कळले, तेव्हा माझे कान काही दिवस खूप दुखत होते. मी बरा होण्यासाठी माझी मुलगी सिलेस्टी रात्री झोपण्यापूर्वी रोज देवाजवळ प्रार्थना करायची. त्या प्रार्थनेसमोर मला इतर सर्वांचे प्रयत्न, प्रार्थना चिखलाच्या किंवा वाळूच्या भिंतीप्रमाणे किंवा वाळूत मारलेल्या रेषेप्रमाणे क्षणिक वाटत होत्या.

आम्ही सर्व जण साधारणपणे एकाच वेळी झोपत असू. तेव्हा झोपण्यापूर्वी माझ्या मुलीची आठवण किंवा तीची ती निरागस, निष्पाप, निर्मळ मनाची प्रार्थना एखाद्या मंतरलेल्या ताईताप्रमाणे किंवा ढालीप्रमाणे माझे संरक्षण करीत आहे, असे मला वाटत होते आणि गाढ झोपेच्या राज्यात मी केव्हा पोहोचायचो ते कळायचेच नाही.

बाथ टाईम

साडेआठ वाजता एक फिजिओथेरपिस्ट येते. ब्रिजिटी. तिची शरीरयष्टी खेळाडूसारखी आणि रोमन राजघराण्यातील लोकांसारखी चेहरेपट्टी. ती माझे आखडलेले हात, पाय व स्नायूंचा व्यायाम करून घेण्यासाठी येते. या व्यायामाचा मुख्य उद्देश रुग्णाचे सांधे पूर्ववत गतिमान करणे आणि लवचीक करणे असा असतो. पण मला हा व्यायाम-प्रकार व तो घेण्याची पद्धत अतिशय हास्यास्पद व घृणास्पद वाटत होती. 'मोबिलायझेशन' असे या व्यायाम-प्रकाराला म्हटले जाते. 'मोबिलायझेशन' म्हणजे सांध्यांवर विशिष्ट प्रकारे दाब देऊन त्यांच्या हालचाली पूर्ववत करणे. पण ज्या पद्धतीने हा व्यायाम करवून घेतला जात असे ती पद्धत त्याच्या मूळ अर्थाच्या अत्यंत विरोधात्मक होती. केवळ वीस आठवड्यांत माझे वजन सहासष्ट पौंड इतके कमी झाले होते. हा आघात होण्यापूर्वी मी जेव्हा वजन नियंत्रित करण्यासाठी संतुलित आहार घेण्यास सुरुवात केली होती, तेव्हा अशा काही आश्चर्यकारक परिणामाची कल्पनासुद्धा केली नव्हती. ब्रिजिटी जेव्हा माझा व्यायाम करवून घ्यायची तेव्हा माझ्यात किंचित तरी बदल होतो का हे मी पुन:पुन्हा तपासत असे. ती मला तिचा हात हातात घेऊन तो घट्ट आवळण्यास सांगत असे किंवा त्यावर दाब देण्यास सांगत असे. मी महत्प्रयासाने माझ्या बोटांची हालचाल करण्याचा प्रयत्न करत असे. पूर्ण जीव एकवटून तिच्या बोटांवर व हातावर दाब देण्याचा प्रयत्न करत असे. पण छे! तिच्यावर त्याचा जरासुद्धा परिणाम झाल्यासारखा दिसत नसे. मग ती माझा हात अलगद तिच्या हातातून काढून शेजारच्या नरम उशीवर ठेवत असे. जो काही थोडाबहुत बदल

झाल्याचे चिन्ह जाणवत होते, ते फक्त माझ्या मानेच्या हालचालीतच. आता मी माझी मान काटकोनातून फिरवू शकत होतो. त्यामुळे सतत समोरच्या सपाट छताचे दृष्टिक्षेपाचे क्षेत्र बदलून आता मी शेजारच्या दाराजवळ माझ्या मुलाने, थिओफाइलने रंगवलेले, जिभल्या चाटत असलेले मिकी माऊसचे चित्र पाहू शकत होतो. मला अद्याप तोंड उघडता येत नव्हते. नियमित व्यायामानंतर फक्त एवढीच सुधारणा होती की, कशीबशी एक लॉलीपॉप माझ्या तोंडात सरकवता येत होती. न्युरॉलॉजिस्ट म्हणायचे तसा, 'आपल्याला अजून खूप संयम ठेवायला हवा.' ब्रिजिटीचे व्यायामसत्र माझ्या चेहऱ्याच्या मसाजने संपत असे. ती संपूर्ण चेहऱ्यावरून तिची उबदार बोटे फिरवत असे. चेहऱ्याच्या चैतन्यहीन भागावरून जेव्हा ती अंगठ्याचा भाग फिरवत असे, तेव्हा तो स्पर्श अत्यंत रुक्ष व प्राण्याच्या कातडीसारखा कडक लागत असे. त्यातून मी आठ्या पाडण्यापुरती भुवयांची हालचाल करू शकत होतो. अर्धवट हसण्याइतपत मी तोंडाची हालचाल करू शकत होतो. पण ती हालचालसुद्धा माझ्या प्रकृतीमधील चढ-उतार दर्शवत होती. घरी असताना पाण्याने स्वच्छता करण्यानेसुद्धा किती भावभावना चाळवतात!

एखाद्या लहान बाळासारखे माझे बूड स्वच्छ करणे आणि कपड्यांत गुंडाळणे हा अनुभव वयाच्या पंचेचाळिसाव्या वर्षी किती गमतीशीर असू शकतो! आपण एखाद्या नवजात अर्भकासारखा आनंद घेऊ शकतो. पण दुसऱ्याच दिवशी हा सर्व प्रकार मला असह्य, क्लेशदायक झाला. मला इतका असह्य त्रास होत होता की, फेसाच्या पाण्यातूनसुद्धा माझ्या डोळ्यांतून अश्रू माझ्या गालावर ओघळत होते.

माझा आठवडी स्नानाचा कार्यक्रम मला किंचित आनंद देणारा आणि त्याच वेळी प्रचंड विषण्ण करणारा अनुभव असे. मी जेव्हा टबमध्ये बुडत होतो तो क्षण एक वेगळाच आनंद देत होता. कारण तो क्षण माझ्या गतआयुष्यातील आनंदी दिवसांची व टबमध्ये पडून राहण्याच्या सुखद अनुभवांची आठवण करून देत होता. टबमध्ये पडल्यापडल्या कधी चहा घ्यायचा, तर कधी घोटघोट स्कॉच प्यायची. कधी तासन्तास पडून एखादे सुंदर पुस्तक वाचायचे, तर कधी पेपर वाचायचा. पडल्यापडल्याच पायाने नळाची तोटी अतिशय कौशल्याने चालू-बंद करायची किंवा कमी-जास्त करायची. काय आनंद होता त्या टबमध्ये स्नान करण्यात!

मागच्या त्या आनंदी क्षणांची आठवण झाली की, दैवाने माझ्याबरोबर केलेल्या या क्रूर चेष्टेबद्दल फार वाईट वाटते. असो. सुदैवाने अशा क्लेशदायी विचारांना थारा देण्यासाठी माझ्याकडे वेळ नाहीये.

स्नानानंतर अंगात हुडहुडी भरली होती आणि आता ते मला ट्रॉलीवर टाकून माझ्या रूमकडे नेत होते. ती ट्रॉली खिळ्यांच्या एखाद्या पलंगाइतकीच आरामदायक होती. साडेदहापर्यंत माझे कपडे बदलून मला तयार करून पुनर्वसन (रीहॅबिलिटेशन) केंद्राकडे जायचे होते. आता मला हॉस्पिटलमधील जॉगींग सूट घातला. मला एक क्षण माझ्या शाळेतील दिवस आठवले. स्नानाप्रमाणेच हे जुने कपडेसुद्धा मला दुखावतात, दु:ख देणाऱ्या आठवणींना उजाळा देतात. पण हे कपडे म्हणजे जीवन चालू असण्याचे द्योतकच आहेत, या भावनेने मी त्यांच्याकडे पाहतो आणि अजूनही मी 'मी'च आहे याची ते साक्ष आहेत असे वाटते. मला कधी चांगल्या कपड्यांचा मोह झालाच, तर तो मऊ काश्मिरी लोकरीच्या कपड्यांचा होऊ शकेल.

द अल्फाबेट

मला मुळाक्षरे विशेष आवडतात. जेव्हा रात्र होते, सर्वत्र काळोख पसरतो, टी.व्ही.च्या पडद्याच्या मध्यभागी एक छोटे लाल टिंब आयुष्याचे प्रतीक म्हणून दिसत असते तेव्हा स्वर आणि व्यंजने एकत्रितपणे चार्ल्स ट्रेनेटच्या 'डिअर व्हेनिस, स्वीट व्हेनिस, आय विल ऑलवेज रिमेंम्बर यू...' या गाण्याच्या तालावर नृत्य करत आहेत, असे वाटते. ते अगदी स्वच्छंदपणे हातात हात घालून खोलीत स्वैर फिरत आहेत, माझ्या बेडभोवती पिंगा घालत आहेत, या भिंतीवरून त्या भिंतीवर आदळत आहेत व शेवटी दारावर धडकून नृत्याला परत सुरुवात करत आहेत, असे वाटते.

E S A R I N T U O M D P C F B V H G J Q Z Y X K W अक्षरांची अशी सरमिसळ झाली ती सहज किंवा योगायोगाने झाली नसावी, तर त्यात अक्षरांची लबाडी किंवा चतुराई असावी. ती अक्षरांची कवायत असावी किंवा ती अक्षरे फ्रेंच भाषेतील अक्षरांच्या पुनरावृत्तीच्या क्रमाने आली असावीत. त्यामुळेच E अक्षर दिमाखाने सर्वांत पुढे आले असावे व W बिचारे शेवटी गेले असावे. B मागे टाकले गेल्यामुळे नाराजीने V च्या अलीकडे बसले असावे, तरीसुद्धा ते गर्विष्ठ J च्या अगोदर असल्यामुळे त्याच्या मनात आनंदाच्या उकळ्या फुटत असाव्यात. फ्रेंच भाषेत J पासून बऱ्याच वाक्यांची सुरुवात होते, म्हणूनच तर तो एवढा गर्विष्ठ आहे! तरीसुद्धा आपण त्याच्या अगोदर असल्याने B ला मिश्कील आनंद तर होणारच! गोलमटोल G ला H च्या बाजूस यावे लागले याचा राग तर आलाच असावा. T आणि U यांना एकत्र

असण्यापेक्षा आपल्याला वेगळे केले नाही याचाच विलक्षण आनंद आहे, कारण ते 'tu' ची अविभाज्य अंग आहेत. या सर्व अक्षरांच्या सरमिसळीत माझ्याशी ज्यांना संवाद साधावयाचा आहे, त्यांना तो सुलभ करण्याचा हेतू असावा.

ही एक साधी गंमत आहे. मी ज्या अक्षरावर माझ्या पापणीची उघडझाप करतो, ते अक्षर तुम्ही वाचू शकता. असे मी वेगवेगळ्या अक्षरांवर करेन. त्यातून तुम्ही शब्द आणि मग शब्दाशब्दाने वाक्य तयार करू शकता. त्यावरून माझ्या मनातील किंवा माझे विचार तुम्ही समजू शकता. तर हे माझे विचार तुम्हाला कळतील अशा प्रकारे रूपांतरित करण्याची साधी, पण मजेशीर पद्धत आहे. भेटायला येणाऱ्यांपैकी काही जण हे काम अत्यंत तत्परतेने, काळजीपूर्वक व उत्तम प्रकारे करतात, तर काहींना ते इतके चांगले जमत नाही. काहीसे नैराश्य, अधीरेपणा किंवा आलेले जडत्व यांमुळे प्रत्येक वेळी हा प्रयोग तेवढाच चांगला होईल असे नाही. तरीही ज्यांना शब्दकोडे सोडवण्याची सवय असते किंवा आवड असते त्यांना याचे फार चांगल्या प्रकारे व लवकर आकलन होते. मुलांपेक्षा मुली हे काम चांगले करू शकतात.

बऱ्याच जणांना एवढी सवय झाली आहे की, त्यांना अक्षरांचा क्रम पाहून शब्द ठरवण्यासाठी आमची स्पेशल तयार केलेली वहीसुद्धा पाहावी लागत नाही. दैवी कौलासारखे या वहीत माझे शब्द लिहून ठेवले आहेत.

इ.स. ३००० मध्ये एखाद्या इतिहास-संशोधकाच्या किंवा मानववंश-शास्त्रज्ञाच्या हाती माझी वही पडली तर ते काय निष्कर्ष काढतील, याची मला कल्पनासुद्धा करावीशी वाटत नाही. कुठे अर्थहीन बडबड, कुठे चुकीची स्पेलिंग्ज, कुठे अक्षर सुटलेले अशा अनेक त्रुटींतून संशोधक काय ठरवतील! जसे ते वहीतील पानावर डोकावतील आणि वाचतील 'The physio therpist is pregnant', 'mainly on legs'; 'Arthur Rimbaud' आणि 'French team played like Rigs' तेव्हा परमेश्वरच त्यांचे रक्षण करो.

भेटायला येणारे लोक वेगवेगळ्या प्रवृत्ती व प्रकृतीचे असतात. जे मनाने फार हळवे असतात ते दुःखाने भारावून जातात. माझ्या या अक्षर शब्दांच्या खेळात जेव्हा अक्षरावरून नजर फिरवतात तेव्हा त्यांचे फासे

लक्ष नसते किंवा ते पटपट आटोपायचे पाहतात. मग साहजिकच त्यांना माझ्या विचारांचा किंवा भावनांचा फारसा अर्थबोध होत नाही. तेव्हा माझ्याकडे ते 'बिचारा' या सहानुभूतीने दुर्लक्ष करतात किंवा कानाडोळा करतात आणि परिणामत: त्यांच्यातल्या त्यांच्यात इतर विषयांवर चर्चा करतात किंवा गप्पा मारत बसतात. तेच प्रश्न विचारतात; तेच उत्तर देतात, तेव्हा मात्र मी थोडा विसावतो, कारण मला काहीच करावयाचे नसते.

जेव्हा मितभाषी लोक भेटायला येतात तेव्हा तर माझी फार पंचाईत होऊन बसते. मी जर महत्प्रयासाने त्यांना विचारले 'कसे आहात'? ते फक्त म्हणणार 'ठीक आहे'. पुन्हा मख्ख चेहऱ्याने माझ्याच बोलण्याची वाट पाहत नुसते बसणार. मलाच पुन्हा अक्षरांची जुळवाजुळव करून दोन-तीन प्रश्न तयार ठेवावे लागतात.

चिकित्सक स्वभावाचे लोक जेव्हा भेटायला येतात तेव्हा ते प्रत्येक बारीकसारीक तपशिलांवर लक्ष केंद्रित करतात. न समजल्यास दहादा विचारणार; पण जोपर्यंत त्यांना पूर्णपणे कळणार नाही तोपर्यंत पिच्छा पुरवणार. कारण चुकीच्या अर्थबोधाची किंवा गैरसमजाची जबाबदारी त्यांना स्वत:वर घ्यायचीच नसते. यातून वेळ खूप लागतो, तसा शारीरिक व मानसिक ताणही खूप पडतो. मेहनतही खूप करावी लागते. पण एक गोष्ट निश्चित असते की, अर्थाचे अनर्थ होत नाहीत किंवा गैरसमज होत नाहीत.

स्वत:च्या स्फूर्तीला लगेच प्रतिसाद देणारे लहरी प्रतिभावंत भेटायला येतात, तेव्हा खरी मजा येते. त्यांच्या कल्पनाशक्तीला दाद द्यावीशी वाटते. असेच एकदा मी माझ्या चष्म्याबद्दल विचारपूस करण्याचा प्रयत्न करीत होतो, ग्लासेसबद्दल (लुनेटीस) विचारपूस करण्याचा प्रयत्न करत होतो, तेव्हा समोरच्या महाभागाने विचारले, 'आता तुला चंद्राशी (Lune) काय करायचे आहे?'

द एम्प्रेस

युजेनी – एके काळची सम्राज्ञी. पण आता फ्रान्सच्या फारशा ठिकाणी तिच्या काळच्या रूढी किंवा परंपरांची जोपासना केली जात नाही. तिच्यासोबत
तिच्या काळच्या रूढी-परंपरा व तिचा दबदबा कालबाह्य झाला होता. नेव्हाल हॉस्पिटलच्या भव्य-दिव्य मुख्य हॉलमध्ये जिथे ट्रॉलीज आणि व्हीलचेअर्स शिस्तीत पण खचाखच भरलेल्या आहेत तिथे धुळीने माखलेल्या एका काचेच्या मागे फ्रेममध्ये नेपोलीयन III च्या सम्राज्ञीचे चित्र रंगवलेले आहे. कारण ती या हॉस्पिटलची आश्रयदाती होती. या छोटेखानी संग्रहामागे दोन गोष्टी कुतूहलजनक आहेत. त्या म्हणजे तिथे लावलेले उच्च दर्जाचे संगमरवर आणि दुसरे म्हणजे बर्कच्या स्टेशनमास्तरने 'करस्पाँडंट मेरीटाईम' (correspondant maritime) वृत्तपत्राच्या संपादकाला तिच्या ४ मे १८६४ च्या भेटीचा दिलेला वृत्तान्त. वयाच्या चौऱ्याण्णवव्या वर्षी कालबाह्य झालेल्या सम्राज्ञीच्या ऐन उमेदीच्या काळातील ऐश्वर्याची आठवण येथील उंची संगमरवर करून देत होते आणि बर्कच्या स्टेशनमास्तराचे शब्द 'एका विशेष ट्रेनने तिचे बर्कमध्ये आगमन, तिच्यासोबतच्या दरबारी तरुणी, तो भव्य सोहळा, आनंदोत्सव बर्कमधील बालरुग्णांसाठी हॉस्पिटलचे उद्घाटन, त्या आश्रयदातीचे सर्व ऐश्वर्यच अवर्णनीय!' बर्कच्या या हॉस्पिटलची सुरुवात लहान मुलांच्या हॉस्पिटलनेच झाली होती. मी मनोभावे या गतकालीन मनाच्या मोठेपणास व आठवणींना वंदन केले. चित्राखालचा स्टेशनमास्तरचा रिपोर्ट वाचतावाचताच मला चित्रातील तरुणींच्या कुजबुजण्याचा आवाज ऐकायला आला. मी त्यात

मग्न झालो आणि जेव्हा सम्राज्ञी युजेनी एका वॉर्डमधून दुसऱ्या वॉर्डकडे तिच्या शाही थाटात जाऊ लागली तेव्हा मीसुद्धा पाठोपाठ चालू लागलो. तिची ती कलात्मक पिवळ्या रिबनची टोपी, ती छत्री, सोबत सतत सुगंधी द्रव्य शिंपडणारे ते नोकर, एकमेकींशी हळूहळू बोलणाऱ्या तरुणी यांच्यातच मी चालत होतो. चालताचालता मी सम्राज्ञीच्या अगदी जवळून चालू लागलो. तिच्या त्या पांढऱ्याशुभ्र तलम कपड्यांना स्पर्श करून पाहिला. एकदा त्यात तोंड लपवण्याचेसुद्धा धाडस केले. तो स्पर्श आणि सुगंध पहाटेच्या दवापेक्षा जास्त आल्हाददायक होता. तिचे माझ्याकडे लक्ष गेले. ती रागावली नाही किंवा तिने मला तिरस्काराने दूरही ढकलले नाही. उलट तिने प्रेमाने माझ्या केसातून हात फिरवला आणि त्या स्पॅनिश न्युरॉलॉजिस्टसारखी मृदू आवाजात म्हणाली, ''बाळ, संयम ठेव.'' तेव्हा ती सम्राज्ञी नव्हती, तर सेंट रीटासारखी दयाळू, प्रेमळ देवीच होती   असे वाटले.

एके दिवशी दुपारी मी जेव्हा तिच्या चित्राजवळ माझे सर्व दु:ख, वेदना व्यक्त करण्याकरता गेलो तेव्हा आश्चर्यच घडले. माझ्या व चित्राच्यामध्ये अचानक एक अनोळखी चेहरा डोकावला. पाहिल्यानंतर मला एकदम भीतीच वाटली. तो चेहरा भयानक दिसत होता. त्याचे तोंड वाकडे झालेले, नाक खराब झालेले, केस विस्कटलेले आणि नजर भेदरलेली होती. एक डोळा शिवून बंद केलेला. दुसऱ्या डोळ्याची अनियंत्रित व अनपेक्षित हालचाल. एक क्षण मी त्या डोळ्याच्या बाहुलीत पाहण्याचा प्रयत्न केला आणि मला कळले, काचेत दिसणारा चेहरा माझाच होता!

त्यामुळे मला एक विचित्र हसू आले. मला फक्त पक्षाघात झाला. त्यामुळे बोलणे बंद झाले, अर्धवट ऐकू येते; मी या सर्व सुखांपासून दुरावलो, अपंग झालो. एवढेच नाही, तर अगदी भयानक दिसत होतो. एक वेळ अशी येते की, दैवाने असाध्य घाला घातल्यानंतर माणूस सर्व परिस्थितीतून सुटण्याचा प्रयत्न करतो, पण तिळमात्र आशेचे किरण दिसत नाहीत. क्रूर चेष्टा केल्यानंतर विकृत हसू आल्याशिवाय राहत नाही. सुरुवातीला सम्राज्ञीला माझ्या हसण्याशी काही देणे-घेणे नव्हते; पण तिला   जेव्हा माझ्या हसण्याचे रहस्य समजले, तेव्हा तीसुद्धा हसू लागली. मग आम्ही रडू येईपर्यंत हसलो. तिचा दरबारी बॅण्ड वाजू

लागला. माझ्या आनंदाला पारावर राहिला नाही. अशा अवस्थेत मी राणीस माझ्यासोबत पूर्ण हॉलभर डान्स करण्यासाठी बोलावणार नाही तर काय!

त्या दिवसानंतर मी जेव्हाजेव्हा या हॉलमधून राणीच्या चित्रासमोरून जातो आणि तिच्या चेहऱ्यावरचे हास्य पाहतो, तेव्हातेव्हा माझ्या मनाला विरंगुळा मिळतो.

सीनेसिट्टा

बर्कच्या किनाऱ्यापासून ३०० फूट उंचीवर असणाऱ्या नेव्हल हॉस्पिटलचे दृश्य सूक्ष्म प्रकाश फेकत, रोंरावत, भन्नाट जाणाऱ्या एअरक्राफ्टमुळे अधिकच विहंगम वाटत होते. ती उत्तर फ्रान्सची भक्कम आणि भव्य इमारत विशिष्ट पद्धतीने इमारतीभोवती बांधलेल्या लाल विटांच्या उंचउंच भिंतींमुळे जास्तच उठावदार दिसत असे. शहर व खाडीच्या काळसर पाण्यामध्ये ती वाळूवरच उभी असल्याचा भास होत असे. एखाद्या शाळेच्या किंवा सामुदायिक स्वच्छतागृहावर लिहिलेले असते त्याप्रमाणे मुख्य इमारतीच्या दर्शनी भिंतीवर ठळक फ्रेंच अक्षरात लिहिलेले होते – 'सिटी ऑफ पॅरिस'. पॅरिसमधील इतर हॉस्पिटलांपेक्षा अधिक सोयी असलेले आणि निरोगी वातावरण ठेवण्याच्या दृष्टीने हे लहान मुलांसाठी दुसऱ्या राजाच्या काळात बांधलेले हॉस्पिटल होते आणि आजपर्यंत तो उद्देश व वेगळेपणा जोपासला होता.

हे हॉस्पिटल ठरावीक वैद्यकीय नोकरशाही प्रकारच्या प्रशासनापासून अलिप्त होते. त्यात अगणित व्हरांडे आणि इमारतींचे जाळे पसरलेले होते. वेगवेगळ्या वॉर्ड्सना वेगवेगळ्या प्रसिद्ध सर्जन्सची नावे देण्यात आली होती. आईपासून दुरावलेल्या दुर्दैवी बालकांना जेव्हा पाळण्यांत हलवले जात असे, तेव्हा त्या चिमुकल्यांच्या कोमल व आर्त स्वरातून 'मी हरवलो आहे' असे हृदयस्पर्शी शब्द ऐकू आल्याचा भास होई. स्ट्रेचरवर असणारे रुग्ण 'मी घरी असल्यासारखाच आहे' असे म्हटल्यासारखे वाटत असे. पण नवीन दाखल होणाऱ्या रुग्णाबद्दल असे काही म्हणता येत नसे.

मला जेव्हा-जेव्हा व्हीलचेअरमध्ये बसवून फिरवण्यात येत असे, तेव्हा-तेव्हा मी सतत समोर शून्यातच पाहत असे आणि जेव्हा मला रस्ता चुकल्यासारखे वाटे तेव्हा मी ते पापणीची उघडझाप करून सांगण्याचा प्रयत्न करत असे. पण त्याकडे माझी खुर्ची ढकलणाऱ्याचे लक्षच नसे किंवा त्याच्या लक्षातच येत नसावे. मग माझा प्रवास हॉस्पिटलच्या नवनवीन अपरिचित भागांतून होत असे. कधी नवनवीन कानाकोपऱ्यांचे व नवनव्या चेहऱ्यांचे दर्शन होत असे, तर कधी स्वयंपाकघरातील संमिश्र वास येत असत. मी जेव्हा कोमामधून नुकताच शुद्धीत आलो होतो, तेव्हा मला लिफ्टने चुकीच्या मजल्यावर नेण्यात आले आणि मी नकळत अशा ठिकाणी आलो जेथून दीपस्तंभाचे दर्शन झाले. खंबीरपणे उभ्या असलेल्या दीपस्तंभातून लाल-पांढरे तीव्र प्रकाशझोत बाहेर पडत होते. त्यांनी मला माझ्या फुटबॉलच्या शर्टची आठवण तर करून दिलीच, पण ते प्रकाशझोत मला प्रोत्साहन देत आहेत असा भासदेखील झाला. हा दीपस्तंभ केवळ खलाश्यांनाच दिशा दाखवण्याचे काम करत नसून प्रदीर्घ आजारातून बरे होऊ पाहत असलेल्या व दूरवरच्या बेटावर एकाकी पडलेल्या, आजारामुळे एकाकी आयुष्य कंठणाऱ्या या रुग्णांनासुद्धा जगण्याची दिशा दाखवत आहे, असे वाटू लागले.

या जागेवरून एखाद्या चित्रपटातील दृश्याचे अवलोकन केल्याचा भास होतो. या जागेला मी सिनेसिट्टा म्हणतो. सिनेसिट्टा म्हणजे एखादी चित्रपटनगरी किंवा काल्पनिक चित्रनगरी. मला पुनःपुन्हा दीपस्तंभ पाहण्याचा छंदच जडला. येथून हॉस्पिटलच्या आसपासच्या भौगोलिक परिस्थितीची कल्पना येते, असे मला वाटे. हा एक 'सॉरेल' वॉर्डच्या छताचा भाग होता, जिथे लोकांची फारशी वर्दळ नव्हती. दक्षिणेकडे असलेल्या भागावरून समोरचे दृश्य कविकल्पनेसारखे किंवा एखाद्या चित्रपटाच्या भव्य सेटसारखे वाटत असे. बर्कच्या उपनगराचा भाग एखाद्या ट्रेनसारखा वाटत असे, तर एका बाजूस पायथ्याशी वाळूच्या टेकड्यांमधील छोटी-छोटी घरे पाहून एखाद्या भुताच्या गावासारखे वाटत असे. समुद्रातून पांढऱ्याशुभ्र फेसाळणाऱ्या लाटा म्हणजे मुद्दाम विशेष परिणाम दाखवण्यासाठीच तयार केल्यासारख्या भासत असत.

सिनेसिट्टावर मी एखाद्या दिग्दर्शकासारखा दिवसभर राहू शकलो असतो. शहराच्या भागाकडे 'टच ऑफ इव्हिल' चित्रपटासाठी काही

क्लोजअप शॉट घेतले असते, तर चौपाटीवर 'स्टेजकोच' चित्रपटासाठी लहान मुलांचे शूटींग केले असते आणि समुद्रकिनाऱ्यावर 'मूनफ्लीट' चित्रपटासाठी वादळातील स्मगलर्सचे चित्रीकरण केले असते. पण मी दृश्यांत बुडून गेलेला एक सामान्य माणूस; आणखी कोणीच नाही. माझा चेहरा काळवंडलेला, हातावर बोटे रेंगाळत आहेत आणि डोक्याभोवती डायनामाईट लावलेले. मी अस्थिर जीवन जगत आहे. सगळे विचारस्वप्न एका वाऱ्याच्या झोताने पालापाचोळा उडावा तसे किंवा वाऱ्याने ढग सरकून जावेत व आकाश निरभ्र व्हावे तसे झाले. क्षणात मी सत्यस्थितीत आलो. दिवस मावळत होता. हळूहळू काळोख आपले साम्राज्य पसरवत होता. पॅरिसला जाणाऱ्या शेवटच्या ट्रेनचा दुरून आवाज आला. आता माझी माझ्या रूममध्ये जाण्याची वेळ झाली. मी हिवाळ्याची वाट पाहत होतो. हिवाळ्यात उबदार कपडे घालून इथे बराच वेळ बसता येईल. सूर्यास्त पाहता येईल. सूर्यास्तानंतर जसा अंधार पडेल तसा दीपस्तंभ आशायुक्त प्रकाशझोत क्षितिजाकडे फेकत राहील.

टूरिस्ट्स

दुसऱ्या महायुद्धानंतर आलेल्या क्षयरोगाच्या साथीला बळी पडलेल्या बालरुग्णांसाठी बर्क हॉस्पिटलने विशेष सोयींनी सुसज्ज हॉस्पिटल करण्यासाठी स्वत:ला वाहून घेतले होते. त्यानंतर मात्र शारीरिक व मानसिकरित्या खच्चीकरण झालेल्या वयस्कर रुग्णांसाठी हॉस्पिटलचा विस्तार करण्यावर बर्क हॉस्पिटलने आपले लक्ष हळूहळू केंद्रित केले. वृद्ध रुग्णांसाठीचा विशेष विभाग हा हॉस्पिटलचा एक भाग आहे. त्यातून संपूर्ण हॉस्पिटलची कल्पना येऊ शकत नाही. हॉस्पिटलचा एक विभाग बेशुद्ध अवस्थेत असलेल्या व मरणाच्या दारात आपल्या आयुष्याच्या कित्येक रात्री काढत असलेल्या कोमामधील रुग्णांसाठी होता. ते कधीच या विभागाच्या बाहेर येत नव्हते. तरी त्यांना बाहेरच्या जगाची जाण होती आणि आता ते अर्धमेल्या अवस्थेत अपराध्यासारखे जीवन व्यतीत करत होते. शेजारच्या विभागात लठ्ठपणामुळे मनोरुग्ण झालेल्या, मानसिकरित्या संपूर्णपणे खचून गेलेल्या ज्येष्ठ लोकांची गर्दी होती; पण डॉक्टर्सना त्यांच्याविषयी पूर्ण खात्री होती की, प्रयत्न केल्यास हळूहळू हे सर्व रुग्ण बरे होतील व मूळ आकारात येतील. इतर ठिकाणी वेगवेगळ्या प्रकारच्या अपघातग्रस्तांची प्रचंड गर्दी झाली होती. खेळात हात-पाय मोडलेले, धडपडून कुठे-कुठे हाड मोडलेले असे एक ना अनेक रुग्ण होते. रस्त्यावरील अपघातग्रस्त, तसेच कल्पना करता येणार नाही इतक्या वेगवेगळ्या प्रकारे घरात अपघात झालेले हे रुग्ण त्यांचा मोडका अवयव दुरुस्त होईपर्यंत किंवा हाड जुळेपर्यंतच हॉस्पिटलमध्ये राहत असत आणि नंतर हसत-खेळत घरी जात असत. मी अशा रुग्णांना 'प्रवासी' (Tourists) समजतो.

हॉस्पिटलची पूर्ण कल्पना येण्यासाठी त्याच्या कानाकोपऱ्यातसुद्धा नजर फिरवणे आवश्यक आहे. इथे दुर्दैवाने पंख तुटलेले पक्षी, आपला आवाज गमावून बसलेले पोपट अशांनीसुद्धा अन्नाच्या शोधार्थ वळचणीत आपली घरटी बांधली आहेत. न्युरॉलॉजी विभागाच्या छताच्या कोपऱ्यातसुद्धा असेच एक घरटे आहे. आपण फेरफटका मारत असताना त्यांना अडथळा होत असावा. मूक व बधीर प्राण्यांच्यासुद्धा भावना दुखावत असतील, याची मला जाणीव आहे. असो. आता आपण थोड्या सुदैवी रुग्णांकडे आपला मोर्चा वळवू.

असे सुदैवी रुग्ण पाहण्याची एकमेव जागा म्हणजे 'रीहॅबिलिटेशन रूम' अर्थात रुग्णांचे पुनर्वसन केंद्र. त्यांना त्यांच्या व्याधीतून मुक्त करून पूर्ववत धडधाकट किंवा रोगविरहित किंवा निरोगी करण्याचे केंद्र. इथे सर्व रुग्णांना भौतिकी चिकित्सा– फिजिओथेरपी, शारीरिक व्यायाम, योगासने, विविध सांध्यांचे विशिष्ट व्यायाम करून घेण्यासाठी एकत्र केलेले असते. इथे चकचकीतपणा असतो, गोंगाट असतो, गोंधळ असतो, तुटलेले हाड जोडण्यासाठी वापरावयाच्या विविध प्रकारच्या कृत्रिम पट्ट्या असतात; एक ना अनेक गोष्टींची मयसभाच असल्यासारखे वाटते! कानात रिंग घातलेला एक तरुण बाइकच्या अपघातामुळे झालेल्या मल्टिपल फ्रॅक्चरवर उपचार घेत असतो. फ्लुरोसन्ट रंगाचा गाऊन घातलेली एक आजी शिडीवरून घसरून पडल्यानंतर बरी होऊन आता वॉकरच्या साहाय्याने चालायला शिकत असते. सबवे ट्रेनखाली आल्याने पाय गमवावा लागलेला एक बेघर मनुष्य असे अनेक लोक इथे असतात. एका रेषेत मांडलेल्या कांद्यांसारखीच ही माणसे एका ओळीत असतात. आपले हात आणि पाय कमीतकमी देखरेखीखाली हलवत असतात. याच वेळेस आतापर्यंत मी तिरप्या फळीला टेकून बसलो होतो, ती हळूहळू उभी करण्यात येत आहे. रोजच सकाळी अर्धा तास मी असा आखडलेल्या तिरप्या स्थितीत नंतर सरळ करून ठेवलेल्या स्थितीत मोझार्टच्या 'डॉन गिओवानी' (Mozart's Don Giovanni) नाटकाच्या शेवटच्या अंकातील आकर्षक पुतळ्यासारखा. खाली लोक हसत-खिदळत आहेत, विनोद करत आहेत, आनंदात आहेत. मलाही त्यात सामील व्हावे वाटते. ही भावना व्यक्त करण्यासाठी मी एक डोळा त्यांच्या दिशेने नेतो न नेतो, तोच तो तरुण, ती आजी, तो बेघर माणूस

सर्व जण गेलेले असतात. अचानक मला त्यांना छतावरील स्मोकडिटेक्टर यंत्रणेच्या अभ्यासाची आवश्यकता आहे असे वाटलेले असते. टूरिस्ट्सना आगीविषयी फारच चिंता वाटत असावी.

द सॉसेज

मला दररोज पुनर्वसन केंद्रात नेऊन सरळ फळीस टेकवून बसवण्याचा व्यायाम करून घेतला जात असे. त्यानंतर मला स्ट्रेचरवर टाकून रूममधील बेडशेजारी स्ट्रेचर ठेवण्यात येई. मला त्याच अवस्थेत नर्सची वाट पाहावी लागत असे. नंतर त्या मला बेडवर सरकवून टाकत. रोजच्या या प्रकाराचा मला वीट आला होता आणि रोज हा सोपस्कार पार पडेपर्यंत दुपार होत असे. स्ट्रेचर ओढून आणणारा सेवक रोज तेवढ्याच प्रसन्न मुद्रेने हसतहसत म्हणत असे, "चला, उद्या पुन्हा भेटू. चांगले जेवण करा." मला चांगले जेवण करा म्हणणे म्हणजे १५ ऑगस्टच्या दिवशी ख्रिसमसच्या शुभेच्छा देण्यासारखे किंवा भरदिवसा 'गुड नाईट' म्हणण्यासारखे होते! कारण मी मागच्या आठ महिन्यांपासून लिंबूपाण्याच्या चार थेबांशिवाय तोंडात काहीच घेतलेले नव्हते आणि जेव्हा-जेव्हा दुधापासून केलेली लापशी तोंडातून एखादा चमचा देण्याचा प्रयत्न करण्यात आला होता तेव्हा-तेव्हा ती नाकावाटे बाहेर येत होती. अशा प्रकारे खाऊ घालणे म्हणजे मेजवानीचे अन्न खाऊ घालणे, असे पारिचारिकेस वाटे. पण त्यांचा हा प्रयत्न कधीच यशस्वी होऊ शकला नाही. तरीही काळजीचे कारण नव्हते. माझी उपासमार होत नव्हती. कारण माझ्या पोटात कोंबलेल्या नळ्यांद्वारे मला कसलेतरी तपकिरी रंगाचे द्रव ते द्यायचे. त्यातून मला आवश्यक तेवढ्या कॅलरीज मिळत होत्या. अन्नसेवनाचा आनंद उपभोगण्यासाठी मात्र भूतकाळातील विविध पदार्थांची चव, स्वाद, सुवास यांच्या विपुल साठ्यातून प्रसंगानुरूप आठवणी काढण्याशिवाय दुसरा पर्याय नव्हता आणि मी त्याच आठवणींतून

आनंद उपभोगत होतो.

एके काळी शिळ्या पदार्थांनासुद्धा ताजे करण्यात माझा हातखंडा होता आणि आज मी शिळ्या आठवणींना उजाळा देत होतो. रेस्टॉरंटमध्ये कधीही जाऊन जे पाहिजे ते मागवून खाता येत असे. टेबल बुक करण्याचीसुद्धा आवश्यकता भासायची नाही. मी स्वयंपाक केला तर पदार्थ कधीच बिघडायचे नाहीत. ते नेहमीच चविष्ट होत असत. मी एकापेक्षा एक उत्कृष्ट मांसाहारी पदार्थ बनवत असे आणि त्यांचा मनसोक्त आस्वाद घेत असे. नॉनव्हेज बनवताना उत्तमोत्तम मसाले वापरणे, ताज्या भाज्या वापरणे यात माझा हातखंडा होता. एवढेच नाही, तर मी मासेसुद्धा नुकतेच पाण्यातून काढून आणलेले वापरत असे. मनाजोगत्या पदार्थांची मनसोक्त मेजवानी झाल्यानंतरही मला कधीच अजीर्ण झाले नाही किंवा माझी प्रकृती बिघडली नाही. प्रत्येक गोष्ट नीटनेटकी व एकदम चांगली व्हावी हा माझा नेहमी आग्रह असे. एकदा तर माझ्या एका मित्राने सॉसेजेस बनवण्यासाठी तीन वेगवेगळ्या प्रकारचे मांस पॅक करून पाठवले होते. मी ऋतुमानाची व पदार्थांची लय सांभाळत होतो. तेव्हा मी कलिंगड व इतर लाल फळे खाऊन जिभेचे चोचले पुरवत होतो. काही फळे फक्त हिवाळ्यातच खात होतो. आता मला अशी फळे खाता येतील का?

मी अलीकडेच आहारावर नियंत्रण ठेवत होतो. बऱ्याच दिवसांपासून लादल्या गेलेल्या उपासामुळे व प्रकृतीच्या झालेल्या दुरावस्थेमुळे मांसाहार आता फक्त कल्पनेपुरताच उरला आहे. तसा मी खादाडच होतो म्हटल्यास अतिशयोक्ती होणार नाही. पण जाळ्यात बंदिस्त असलेला सॉसेज जसा घट्ट व्हावा तसा आज मी झालो आहे. सॉसेजच्या आस्वादाला कायमचा पारखा झालो आहे. लीयॉन्सच्या लोण्याने माखून ओबडधोबड झालेल्या चकत्या तोंडात ठेवताच त्यांची चव घेण्यापूर्वीच त्या विरघळत असत. सॉसेजची (सॉसेजेस म्हणजे माशाच्या पातळ त्वचेत मटन-मसाला गुंडाळून तळलेला पदार्थ किंवा कबाब) माझी आवड मागच्या चाळीस वर्षांपासून अजूनही तशीच आहे. ज्या लहान वयात मुलांना गोड पदार्थ किंवा खाऊ आवडतात, तेव्हापासूनच मला मांसाचे बनवलेले उत्तम पदार्थ आवडतात. बॉलेवर्ड रस्पेलच्या (Boulevard Raspail) माझ्या आजोबांच्या (आईचे वडील) घरी काम करणाऱ्या नर्सलासुद्धा ही गोष्ट चांगली माहिती होती.

मी जेव्हा बोबड्या शब्दांत लाडिकपणे सॉसेजची मागणी करीत असे तेव्हा ती वयस्कर बाई माझा बालहट्ट पुरवण्यात कधीच कुचराई किंवा कंटाळा करायची नाही. अतिशय मायेने ती माझा हट्ट पुरवत असे. पण पुढे या वयस्कर बाईने माझ्या वयोवृद्ध आजोबांशी लग्न केले. ते पुढे लवकरच स्वर्गवासी झाले. त्यांच्या या विवाहसंबंधामुळे मला जो काही आनंद मिळाला होता त्याचे त्याच प्रमाणात एका घृणास्पद उद्वेगात रूपांतर झाले. माझे आजोबा मला फारसे स्पष्ट आठवत नाहीत. त्यांची काहीशी अस्पष्टशी छबी माझ्या डोक्यात होती. ती म्हणजे एक गंभीर, करारी चेहरा! त्या काळात चलनात असलेल्या पाचशे फ्रान्सच्या नोटेवर असलेल्या व्हिक्टर ह्युगोच्या चेहऱ्याशी मिळताजुळता त्यांचा चेहरा होता. पण लहानपणीच्या खेळणी व गोष्टींच्या पुस्तकांपेक्षा त्या सॉसेजची माझी आठवण जास्त चांगली व सुस्पष्ट होती.

मला वाटते, यापुढे चांगले सॉसेज कधीच खायला मिळणार नाही.

गार्डीयन एंजल

सॅन्ड्रीनच्या पांढऱ्या कोटावर वाचा रोगोपचारतज्ज्ञ (Speech Therapist) अशी एक पट्टी लावलेली होती. खऱ्या अर्थाने त्या बाईच्या स्वभावाकडे, मवाळपणाकडे व ती ज्या तळमळीने रोग्यांची वाचा सुधारण्याकरीता प्रयत्न किंवा उपचार करीत होती ते पाहता ती पट्टी 'पालक देवदूत' (Guardian Angel) अशीच असायला हवी होती. तिने सांकेतिक चिन्हांची अशी काही जुळणी केली होती की, त्याशिवाय माझा या जगाशी संपर्कच संपुष्टात आला असता. सँड्रीन व तिच्या एका मानसोपचारतज्ज्ञ सहकारी मैत्रिणीने तयार केलेली सांकेतिक भाषा माझे बरेच मित्रसुद्धा वापरत असत. त्यांच्यासुद्धा ती अंगवळणी पडली होती. मी माझ्या चेहऱ्यावर अगदी थोडे हावभाव दाखवून, थोडीशी मान हलवून किंवा माझ्या एकाच डोळ्याची पापणी मिचकावून खूण करू शकत होतो आणि या खुणांद्वारे 'दार बंद करा' किंवा 'उघडा', 'नळ बंद' किंवा 'चालू करा', 'टी.व्ही. हळू आवाजात लावा' किंवा 'उशी बरोबर करा' असे सांगू शकत होतो. प्रत्येक वेळी मला यश मिळेलच असे नव्हते.

हॉस्पिटलमध्ये माझ्यावर लादल्या गेलेल्या एकाकीपणात कालांतराने एक गोष्ट माझ्या नजरेत आली. ती म्हणजे दोन प्रकारचे लोक असतात. एक म्हणजे अत्यंत जबाबदार आणि दक्ष लोक; दुसरे म्हणजे तेवढेच बेजबाबदार आणि बिनधास्त लोक. दक्ष लोक माझ्या प्रत्येक सांकेतिक हालचालीकडे लक्ष देऊन ती समजून घेणार आणि दुसरे म्हणजे कधी एकदा माझ्या खोलीमधून बाहेर पडू अशा घाईत असणार. माझ्या दीनवाण्या खुणांकडे दुर्लक्ष करणार किंवा ती खूण आपल्या लक्षातच

आली नाही, असे भासवून निघून जाणार.

असेच एकदा टी.व्ही.वर बोर्डोक्स व मुनिच (Bordeaux-Munich) यांची फुटबॉलची मॅच रंगात आली असताना एका आडदांड माणसाने टी.व्ही. बंद केला व तो निर्विकारपणे मला 'गुड नाईट' म्हणून निघून गेला. जाताना त्याच्या चेहऱ्यावर अपराधीपणाची किंवा मला काय वाटले असेल या विचाराची एक पुसटशी रेषासुद्धा नव्हती. अनंत अडचणी व अक्षमता, शिवाय ही संवाद साधण्याच्या असमर्थपणाची भावना मन पोखरत होती. याउलट सॅन्ड्रीन दिवसातून दोनदा रूममध्ये येत असे. तेव्हा हळूच अगोदर दार ठोठावत असे. मग दाराच्या फटीतून लहानसा, पण तुकतुकीत चेहरा आत डोकावत असे. मन प्रसन्न होत असे. तिच्या येण्यानेच थोड्या वेळाकरता का होईना, पण जळमटलेले विचार दूर होत असत. नकळत आपल्यात कायमचा बंदिस्त करणारा कोशसुद्धा कमी क्लेशदायी वाटत असतो.

वाचा रोगोपचार ही खरोखरच एक अप्रतिम कला आहे. तिचा प्रचार आणि प्रसार सर्वत्र होणे आवश्यक आहे. एका भाषेतील अनेक आवाज काढणे, एक-एक अक्षर, शब्द उच्चारणे यासाठी जिभेला आतल्याआत काय-काय हालचाली कराव्या लागतात किंवा कसरती कराव्या लागतात, याची तुम्ही कल्पनासुद्धा करू शकत नाही. जसे सध्या मी 'L' चा उच्चार करण्यासाठी किती प्रयत्न व परिश्रम करीत आहे. एका मासिकाच्या (French magazine 'Elle') प्रमुख संपादकास त्याच्याच मासिकाच्या नावाचा उच्चारसुद्धा करता येऊ नये, ही किती दयनीय अवस्था आणि शोकांतिका! खोकतानासुद्धा मला खूप शक्ती एकवटावी लागत असे व बाहेर पडणाऱ्या श्वासासोबत मी काही अक्षरध्वनी काढण्याचा प्रयत्न करत असे. माझ्या वाढदिवसाच्या दिवशी संपूर्ण वर्णाक्षराचे उच्चार करून घेण्याचा प्रयोग सँड्रीनने करवून घेतला. ते कमी-जास्त प्रमाणात अस्पष्टच होते. मी त्यापेक्षा अधिक स्पष्ट उच्चार करूच शकत नव्हतो. ते बळेच किंवा जबरदस्तीने काढलेले आवाज आणि त्यांचे उच्चार निरर्थकच होते. माझाच घोगरा आवाज एखाद्या दूर देशाच्या व्यक्तीने काढल्यासारखा भासत होता. मला यातून एवढे परिश्रम पडले की, एखाद्या गुहेत राहणाऱ्या आदिमानवाने भाषेच्या शोधार्थ प्रथमच अक्षरांचा उच्चार करावा, तसे मला वाटले. यात फोनमुळे पुष्कळदा व्यत्यय येत असे. मी

त्या संधीचा फायदा घेऊन सँड्रीनचे अस्तित्व काही क्षणांकरिता का असेना, एखाद्या जिवाभावाच्या व्यक्तीच्या सान्निध्यात असल्याचे अनुभवत होतो. हातून निसटत असलेल्या आयुष्यातील काही सुखकर आनंदी क्षण झोळीत समावून घेत होतो; ज्या हळुवारपणे व कोमलपणे आपण एखादे फुलपाखरू धरत असतो! माझी मुलगी सिलेस्टी तिच्या छोट्या घोड्यासोबतच्या धाडसाचे प्रसंग सांगत असते. पाच महिन्यांनी ती नऊ वर्षांची होईल. माझे त्र्याण्णव वर्षांचे वडील आयुष्याच्या झगड्यात नाऊमेद झाले असून आता स्वतःच्या पायावर उभे राहणे किती कठीण आहे व किती त्रासदायक आहे, हे सांगत असतात. या दोन प्रेमळ व जिवलगांच्या संवादांतून मला खूप धैर्य येत असे, आत्मविश्वास वाढत असे आणि आपल्याभोवती संरक्षण कवच आहे, असे मला वाटत असे. मला फोनवरच्या एकतर्फी संवादाच्या सामर्थ्याचेसुद्धा खूप आश्चर्य वाटत असे. मला खूप-खूप आनंद होत असे. माझा मात्र त्यांना फोनवर फक्त मूक प्रतिसाद असे. या जिव्हाळ्यास मी जर बोलून प्रतिसाद देऊ शकलो असतो, तर मला किती-किती आनंद झाला असता आणि या भूतलावर माझ्यासारखा भाग्यवान मीच आहे याची साक्ष पटली असती. मला माहीत आहे, काही जणांना हे दुरापास्त वाटत असे. फ्लोरेन्स मात्र मी फोनवर दीर्घ श्वासाचा तरी आवाज काढल्याशिवाय बोलयचीच नाही; त्यासाठी सँड्रीन फोनचा रिसीव्हर अगदी माझ्या कानाला चिकटून धरत असे आणि मग ती विचारत असे, "जीन डो, तू कसा आहेस?" तिच्या आवाजातील उत्सुकता, प्रेम कळत असे; पण कित्येकदा माझे मलाच कळत नसे, 'मी कसा आहे?'

द फोटो

मी पक्षाघाताला सामोरे गेलो त्याच आठवड्यात माझी व माझ्या बाबांची भेट झाली होती. तेव्हा मी त्यांची दाढीसुद्धा करून दिली होती. पॅरिसमध्ये स्युलेरीज गार्डनजवळ त्यांचे अपार्टमेंट होते. त्यांना बरे वाटत नव्हते. त्यामुळे रात्रभर मी त्यांच्याजवळ थांबलो होतो. सकाळीच त्यांना नुसत्या दुधाचा मस्त चहा करून दिला होता. काही दिवसांपासून त्यांची दाढी वाढली होती, त्यामुळे त्यांना अस्वस्थ वाटत असावे. त्यांना ताजेतवाने वाटावे म्हणूनच मी त्यांची दाढी करून द्यायचे ठरवले. तो प्रसंग माझ्या मनावर कायमचा कोरला गेला. माझे बाबा दिवसभर त्यांच्या आरामखुर्चीत खिळून वर्तमानपत्र बारकाईने वाचत बसत. त्यांच्या लोंबकळणाऱ्या त्वचेवरून खरखर फिरणाऱ्या रेझरचा आवाज व त्रास ते धैर्याने सहन करत. त्यांच्या वृद्धापकाळाने सुरकुतलेल्या मानेभोवती मी एक मोठा टॉवेल गुंडाळला. चेहऱ्यावर साबणाच्या फेसाचा भक्कम थर लावला व त्यांना मुळीच त्रास होणार नाही या काळजीने त्यांची दाढी केली. वय झाल्यामुळे त्यांचे शरीर क्षीण व कृश झाले होते. त्यामुळे त्यांचे डोळे अधिकच खोल गेल्यासारखे व नाक मात्र प्रामुख्याने लक्षात येण्याजोगे वर आल्यासारखे वाटत होते. पण केस मात्र भरपूर होते, जे आता पांढरेशुभ्र झाले होते. त्यामुळे त्यांची उंची अधिक शोभून दिसत होती. शारीरिक ऐट मात्र अद्याप जशीच्या तशी होती. त्यांच्या खोलीमध्ये त्यांनी आयुष्यभर जमा केलेल्या बऱ्याच गोष्टी जतन करून ठेवलेल्या होत्या. जुन्या लोकांच्या आठवणी, त्याचबरोबर त्यांच्या काही विशिष्ट गुपितांच्या आठवणी या वस्तूंमुळे ताज्या होत. बरीच जुनी मासिके, जुने

रेकॉर्ड्स जे आज कोणीच वाजवत नव्हते किंवा ऐकत नव्हते आणि इतरही बऱ्याच जुन्या-जुन्या वस्तूंचा संग्रह त्यांच्याकडे होता. आरशाच्या एका मोठ्या फ्रेममध्ये सर्व वयातील अनेक फोटोसुद्धा लावलेले होते. माझ्या बाबांचा तो खलाशी पोशाखातील, हातात जहाजाचे चाक धरलेला महायुद्धापूर्वीचा फोटो, शेजारीच माझ्या आठ वर्षांच्या मुलीचा कार चालवतानाचा फोटो आणि तिथेच माझा एक गोल्फ कोर्टमधला छोटासा कृष्णधवल फोटो असे अनेक फोटो त्यांच्या आठवणीसहित दाटीवाटीने त्या फ्रेममध्ये चिटकवलेले होते. मी त्या वेळी अकरा वर्षांचा होतो. माझे कान काहीसे बाहेर आल्यासारखे होते. मी साध्यासरळ शाळकरी मुलासारखा दिसत होतो. तसेच मी खजील झालेल्या व मागे राहणाऱ्या बुजऱ्या मुलांसारखा दिसत होतो.

बाबांची दाढी करण्याचे माझे काम संपले. मी त्यांना त्यांच्या आवडीचे आफ्टरशेव्ह लोशनसुद्धा लावले. मला कर्तव्य केल्याचा आनंद, तर त्यांना ताजेतवाने वाटत असल्याचा आनंद होत होता. त्यानंतर मी त्यांचा निरोप घेतला. पण या वेळीसुद्धा त्यांनी त्यांच्या टेबलाच्या खणामध्ये ठेवलेल्या त्यांच्या इच्छापत्राविषयी सांगण्याची दखल घेतली नाही. त्यानंतर आमची भेट होऊ शकली नाही. मी असा समुद्रकिनारी दवाखान्यात परावलंबी होतो; आणि ते त्यांच्या चौथ्या मजल्यावरून ९२ वर्षांच्या क्षीण पायाच्या भरवशावर जीना उतरून खाली येण्यास असमर्थ होते. आम्ही दोघेही आपापले प्रारब्ध भोगत होतो. मी असा अर्धमेला आणि बाबा त्यांच्या चौथ्या मजल्यावरच्या अपार्टमेंटमध्ये खंगलेले व असमर्थ!

आता हे दवाखान्यातील लोक माझी रोज सकाळी दाढी करतात. त्यांच्या दाढी करण्यातील निष्काळजीपणामुळे मला किती वेदना होतात! पुन:पुन्हा वापरलेली जुनी रेझर किती निष्ठुरपणे माझ्या गालावरून फिरते. त्या मानाने मी किती सावध व्यक्ती होतो, असे मला वाटायला लागले.

आता बाबा मला बऱ्याचदा फोन करतात. त्यांच्या लाडक्याचा आवाज ऐकण्यासाठी त्यांचे जीर्ण कानसुद्धा उत्सुकतेने वाट पाहतात. हे लोक रिसीव्हर माझ्या कानाला चिकटून धरतात, पण माझ्या बाबांना माझ्या घशातील घरघरीशिवाय काहीच ऐकायला मिळत नाही. आपल्या

मुलाला फोनवर कधीच बोलता येणार नाही, हे माहीत असूनसुद्धा जे वडील मायेपोटी त्याच्याशी पुन:पुन्हा बोलत असतात त्यांना केवळ प्राणांतिक यातनाच होत असतील. *त्या यातनांची कल्पनासुद्धा करवत नाही.*

त्यांनी मला माझा गोल्फ कोर्समधला फोटो पाठवला. फोटो पाहून मला एक क्षण काहीच कळले नाही की, फोटो का पाठवला असावा आणि फोटोच्या मागच्या बाजूस पाहिले नसते, तर हे गूढ कधीच कोणाला उलगडू शकले नसते. अचानकपणे माझ्या मन:पटलावर गतकाळातील वसंतऋतूतील पुसटशा पाऊलखुणांचा आभास होत होता. त्या आठवणी काळाच्या ओघात विसरल्यासारख्या झाल्या होत्या. तेव्हा आम्ही सुटीत आई-वडिलांसोबत हवापालट करण्यासाठी शांत समुद्रकिनारी जात होतो. फोटोच्या मागे बाबांनी त्यांच्या तिरप्या वळणदार अक्षरांत लिहून ठेवले होते– *Berck-Sur-Mer, April 1963.*

यट अनदर कोइन्सीडन्स

वाचकांना जर विचारले की, तुम्हाला अलेक्झांडर ड्युमाजच्या साहित्यातील कोणता नायक आवडेल, तर माझ्या मते बहुतेक जण D'Artagnan किंवा एडमण्ड डांटेचीच निवड करणे जास्त पसंत करतील. कोणीही वाचक द काऊंट ऑफ मॉन्टे क्रिस्तोच्या नॉर्टियर या काहीशा अभद्र समजल्या जाणाऱ्या नायकाला पसंती दर्शवण्याचा स्वप्नातसुद्धा विचार करणार नाही. ड्युमाजने वर्णन केल्यानुसार त्याचे तीन चतुर्थांश आयुष्य कबरीत गेले व उर्वरित आयुष्य एखाद्या मृतदेहासारखा जगला तो! हा अपंगत्वाने जखडलेला बिचारा आता स्वप्न तर पाहूच शकत नाही, पण त्याच्यापुढे भयानक अंधार आ वासून उभा आहे. तो त्याचे आयुष्य निमूटपणे, अत्यंत क्षीण होऊन व्हील चेअरमध्ये घालवत आहे. मनात अजून कित्येक गुपिते सांगण्यासारखी आहेत, पण बोलताच येत नाही. संकेत देण्याचे एकमेव साधन म्हणजे डाव्या डोळ्याची 'पापणी मिचकावणे' एवढेच काय ते उरले आहे. पापणी एकदा मिचकावली, तर 'होकार' आणि दोनदा मिचकावली, तर 'नकार'. फक्त एवढेच काय ते सांगू शकतो. कदाचित नॉर्टियर हा साहित्यातील पहिला आणि एकमेव असा प्राणी असेल, जो असाध्य आजाराने जर्जर झालेला असेल, ज्याला त्याची नात 'माझे परमप्रिय आजोबा' म्हणून संबोधते.

माझ्यावर ओढवलेल्या या आघातामुळे माझ्या डोळ्यासमोर दाट धुके पसरले होते. त्यापलीकडचे काहीच दिसत नव्हते आणि मन प्रेतवस्त्रात गुंडाळल्यासारखे निःस्तब्ध, बंदिस्त झाले होते. यातून माझे मन जेव्हा बाहेर पडले, तेव्हा मी नॉर्टियर आजोबाविषयी पुन्हा विचार

करू लागलो. नुकतीच मी द काऊंट ऑफ मॉन्टे क्रिस्तो कादंबरी पुन्हा वाचली होती आणि पुन:श्च त्या कादंबरीच्या हृदयात शिरलो होतो. पण कादंबरी पुन्हा वाचणे केवळ योगायोग नव्हता. बऱ्याच दिवसांपासून ड्युमाजच्या या कादंबरीसारखीच एक आधुनिक आणि प्रस्थापित समजुतीवर आधारित सुंदर कादंबरी लिहिण्याचा विचार माझ्या मनात घोळत होता. प्रतिशोधाची भावनाच प्रेरणादायी होती. कादंबरीची संकल्पना माझ्या मनात साकारली. माझ्या कादंबरीत द काऊंट ऑफ मॉन्टे क्रिस्तो हे एक स्त्रीपात्र होते. पण माझ्या हातून हे पूर्वजद्रोहाचे पातक करण्याचा योगच आला नाही आणि प्रायश्चित्त म्हणून मी Baron Danglars, Franz d'Epinay, the abbe Faria यांच्याकडे माझा मोर्चा वळवला व काही झालेच नाही तर त्यांचे सहस्र आवर्तन करायचे; पण अशा अत्युत्तम साहित्य निर्मितीची अवहेलना किंवा चेष्टा करावयाची नाही असे ठरवले.

एके दिवशी संध्याकाळी नॉर्टियर आजोबा अत्यंत खिन्न होऊन आपल्या व्हील चेअरमधून व्हरांड्यातून एक थेंब तेलासाठी चकरा मारीत आहेत, असा मला भास झाला. आता मी प्रदीर्घ वीरकथा लिहिण्याचा विचार करत आहे. त्यातील प्रमुख पात्र पॅरॅलिसिसचा रुग्ण नसून एक चपळ व धाडसी व्यक्ती असेल.

कोण जाणे? कदाचित हे स्वप्न प्रत्यक्षात येईलसुद्धा!

द ड्रीम

स्वप्ने स्वप्नेच असतात. ती लक्षात ठेवायची नाहीत, असा माझा नियम होता. दिवसाच्या आगमनासोबतच स्वप्ने विरून जाणे साहजिक व अटळ असते. असे असूनसुद्धा का कोण जाणे, मला मागच्या डिसेंबर महिन्यातील स्वप्ने पुन:पुन्हा आठवत होती व डोक्यात कुठेतरी खोलवर रुतल्यासारखी वाटत होती. कदाचित कोमामुळे असे होत असावे. कारण कोमातून आपण सत्यस्थितीत येऊ शकत नसतो. त्यामुळेच स्वप्नांनासुद्धा विरून जाण्याची संधीच मिळत नसावी. त्यामुळे ती थरावर थर साचल्यासारखी साचत असावीत व क्रमश: एखाद्या नाटकाच्या किंवा सिरियलच्या भागासारखी दिसत असावीत. आज संध्याकाळी असेच एक स्वप्न मला आठवू लागले.

माझ्या स्वप्नात दाट हिमवृष्टी होत होती. मी आणि माझा मित्र ओलेचिंब भिजून स्मशानातून चालत होतो. एक कार फूटभर बर्फात फसलेली होती. बर्नार्ड (Bernard) आणि मी फ्रान्सकडे येण्याच्या प्रयत्नात होतो. कुठल्यातरी संपामुळे फ्रान्स निष्क्रिय झाल्यासारखे वाटत होते. बर्नार्ड व मी मागच्या तीन दिवसांपासून चालतच होतो. शेवटी आम्ही एका इटालियन हिवाळी स्पोर्ट्स रिसॉर्टजवळ येऊन थबकलो. तिथे आम्हाला नाईसकडे जाणारी एक लहानशी लोकल रेल्वेगाडी दिसली. आम्ही त्या ट्रेनमध्ये चढलो, पण फ्रान्सच्या सरहद्दीजवळ संप करणाऱ्या एका घोळक्याने अडथळा निर्माण केला व ट्रेन अडवली. आम्हाला ट्रेनमधून उतरवण्यात आले. आम्ही एका अपरिचित विराण प्रदेशात होतो. आमच्या अंगात थंडीपासून संरक्षणासाठी ओव्हरकोट

नव्हता आणि पायात रोजच्या वापरातील साधे बूट होते. जवळच भल्यामोठ्या मैदानात भंगाराचा साठा दिसला. शंभर फूट उंचीवरून फेकून दिल्यासारख्या एकावर एक गाड्या खच्चून पडल्या होत्या. बर्नार्ड आणि मला एका फार मोठ्या व्यापाऱ्याला भेटावयाचे होते. आमची भेट पूर्वनियोजित होती. त्या व्यापाऱ्याने एका भल्यामोठ्या रेल्वे-पुलाजवळ आपले मुख्य दुकान मोठ्या थाटात उभारले होते, जे सर्वांच्या वाईट नजरांपासून दूर होते. आम्ही एक भलामोठा पिवळ्या रंगाचा लोखंडी दरवाजा ठोठावला. त्या दरवाजावर उच्च दाबाच्या विद्युत्प्रवाहापासून धोका दर्शवणारे चित्र लावलेले होते व शेजारीच विद्युत्प्रवाहाचा झटका लागल्यास काय व कसे उपाय करावेत याच्या सूचनांचा फलक लावलेला होता. दार उघडले. प्रवेशद्वाराजवळ भल्यामोठ्या कपड्याच्या फॅक्टरी आऊटलेटची आठवण झाली. जॅकेट्स फिरत्या रेलिंगवर टांगलेली होती. ट्राऊझर्सचे ढीगच्या ढीग. छताला भिडेपर्यंत शर्ट्सचे एकावर एक रचलेले बॉक्स दिसत होते. ज्या वॉचमनने आम्हाला आत सोडले त्याचा एकंदरीत अवतार पाहताच माझ्या लक्षात आले की, तो बॅसनियन सर्बचा (Basnian serb) नेता रदोवन कार्ड्झीक (Rodvan Karadzic) होता. माझ्या मित्राने मला श्वासाचा त्रास होतो असे सांगताच घाईघाईने आपल्या खांद्याची मशीनगन खाली ठेवून मला एका टेबलावर निजवून काही इलाज केला व त्यामुळे मला बरे वाटू लागले. आम्ही नक्षीकाम केलेला सुंदर जीना उतरून एका तळघरात उतरलो. त्या अभ्यासिकेत उंची आरामखुर्च्या ठेवलेल्या होत्या. भिंतीवर तपकिरी कातडी डिझाइन्स होती. तेथील मंद प्रकाश पाहून एखाद्या नाईट क्लबमध्ये आल्यासारखे वाटले. फियाटचा एकदम रुबाबदार अधिकारी गीयानी अग्नेलीसोबत (Gianni Agneli) बर्नार्ड काही चर्चा करत होता. एवढ्यात एका सुंदर परिचारिकेने माझे स्वागत केले व एका छोट्या बारसमोर मला बसवले. तिची बोलण्याची ढब लेबनीज होती. आश्चर्य म्हणजे त्या बारवर ग्लास व बॉटल्सऐवजी विमानात जसे ऑक्सिजनचे पाइप्स व मास्क असतात, तसे पाइप्स होते. एक बारमन (मद्य देणारा सेवक) आला व त्याने एक मास्क माझ्या तोंडाला लावले. मी संमती दर्शवताच त्या नळीतून आल्याचा वास असलेला तपकिरी रंगाचा द्रव येऊ लागला. माझे पोट तर भरतच होते, पण त्यासोबतच

माझे रोमरोम उत्तेजित होऊ लागले. थोड्याच वेळात, आता पुरे झाले व स्टूलवरून उतरावे असे मला वाटू लागले. तरीही मी एक-एक घोट घेतच होतो आणि आता माझी हालचाल मंदावली आहे, असे मला वाटत होते. मी बारमनकडे काव-याबाव-या नजरेने पाहत होतो, पण त्याचे माझ्याकडे लक्षच नव्हते. तो फक्त गूढ स्मित करत होता. माझ्या सभोवताली मला अस्पष्ट आवाज ऐकू येत होते आणि सोबतचे चेहरेसुद्धा स्पष्ट दिसत नव्हते. बर्नार्ड मला काहीतरी सांगत होता, पण मला त्याचे बोलणे कुजबुज केल्यासारखे वाटत होते व काहीच अर्थबोध होत नव्हता. त्याऐवजी मेलारॅव्हल्सचे बोलणे ऐकू येत होते. आता मला पूर्ण नशा चढली होती.

खूप काळानंतर मला भयसूचक गजर ऐकू आला. ती लेबनीज बोलणारी बाई माझ्याजवळ आली आणि मला चक्क आपल्या पाठीवर घेऊन जिन्याच्या पाय-या चढू लागली. ''पोलीस येत आहेत, तेव्हा आता आपल्याला बाहेर पडलेच पाहिजे. शिवाय आता रात्र झाली असून बाहेर बर्फ पडणेसुद्धा थांबले आहे'' असे ती म्हणाली. बर्फ पडणे थांबले होते, पण हवा अजूनही बर्फाळ होती. त्यामुळे मला श्वासोच्छ्वास करणे कठीण होत होते. सर्चिंग लाइटमधून येणारे प्रखर प्रकाशझोत डोळ्यांना दिपवून टाकत होते. रस्त्याशेजारी व इतरत्र सोडलेल्या कार तसेच कुठे एखाद्या ठिकाणी मरून पडलेला प्राणी इत्यादी अत्यंत स्पष्टपणे दिसत होते. इतक्यात कुठूनतरी लाऊडस्पीकरचा कर्कश्श आवाज आला, 'थांबा! तुम्ही सर्व बाजूंनी वेढले गेले आहात!' आम्ही तिथून बाहेर पडण्यात यशस्वी झालो, पण कुठेतरी लांब हरवलो होतो. त्या अनोळखी ठिकाणाहून परतण्याची माझी खूप इच्छा होती, पण एक प्रकारचे निष्ठुर निष्क्रियत्व माझ्यात आले होते. त्यामुळे एक पाऊलसुद्धा टाकण्यास मी असमर्थ झालो होतो. मी खोल खाईत निःस्तब्ध, निष्प्राण झालो आहे असे मला वाटू लागले. यातून सुटका मिळण्यासाठी माझ्यात व स्वातंत्र्यात फक्त एकच दार असावे आणि मला ते उघडता येऊ नये, असे वाटत होते. मला फक्त या भयानक परिस्थितीची केवळ भीती होती असे नाही; पण ज्या दुर्दैवी, अनाकलनीय अवस्थेत मी कैद झालो त्याच जाळ्यात माझे मित्रसुद्धा अडकतील अशी मला जास्त धास्ती वाटत होती.

आणि माझे स्वप्न वास्तवाशी तंतोतंत जुळत होते. मी एक अक्षरसुद्धा उच्चारू शकत नव्हतो.

व्हॉइस ऑफ

जानेवारीअखेर एका सकाळी मला हॉस्पिटलमध्ये आणण्यात आले. मला जाग आली तेव्हा डोळ्याचे डॉक्टर माझ्यावर अगदी वाकून सुई-दोऱ्याने एखाद्या मोज्याला रफू करावे तसे माझ्या उजव्या पापणीला बंद करण्यासाठी शिवून घेत होते. एक विचित्र दहशत माझ्या मनाला चाटून गेली. 'जर हा माणूस जाता-जाता माझा डावा डोळासुद्धा टाचून बंद करून गेला तर? बाहेरच्या जगाशी संपर्क साधण्यासाठी उरलेले एकमेव साधन, माझ्या देहाचा एकमेव झरोका, माझ्या रेशमी कोशाची एकमेव झडपसुद्धा बंद करून गेला तर काय?' सुदैवाने तसे काही घडले नाही. त्याने त्याचे टाके घालण्याचे साहित्य काळजीपूर्वक एका पेटीत बंद केले. नंतर एखाद्या सरकारी वकिलाने एखाद्या मुरलेल्या अपराध्यास दीर्घ शिक्षा सुनवावी अशा करड्या आवाजात म्हणाला, "सहा महिने!" मी माझ्या हालचाल करणाऱ्या पापणीच्या साहाय्याने अनेक प्रश्नार्थक संकेत दिले; पण रात्रंदिवस दुसऱ्याच्या डोळ्यांशी खेळणारा हा गृहस्थ माझ्या डोळ्यांतील भाव समजू शकला नाही. तो एक निष्काळजी, उर्मट, फटकळ व उपरोधिक डॉक्टर होता. अर्थातच, 'डॉक्टर कसा नसावा' याचा तो उत्तम नमुना होता. तो रुग्णांना आठ वाजता बोलावत असे. स्वत: मात्र नऊ वाजता येऊन नऊ-पाचपर्यंत निघून जात असे. प्रत्येक रुग्णाला तो त्याच्या अमूल्य वेळेतील जास्तीतजास्त पंचेचाळीस सेकंद एवढाच वेळ देत असे. उंचीने कमी, भले मोठे गोल डोके, हालचालीत एक प्रकारची अस्वस्थता असा एक बेडौल माणूस पाहताक्षणीच मला 'डेनिस द मिनेस'ची आठवण होत असे. जिथे सर्वसामान्य रुग्णांशी

बोलण्यातच त्याला फारसे स्वारस्य नव्हते, तिथे माझ्यासारख्या पिशाच्चासारख्या दिसणाऱ्या रोग्याशी तर बोलणेच तो टाळत असे किंवा उडवाउडवीची उत्तरे देत असे. रुग्णांना चार गोष्टी सहानुभूतीने, प्रेमाने समजावून सांगणे, हे तर त्याच्या गावी नव्हतेच. पण मी या गोष्टीचा छडा लावलाच की, सहा महिन्यांसाठी माझा डोळा पूर्णपणे बंद का करण्यात आला? तेव्हा कळले की, माझ्या उजव्या डोळ्याची पापणी डोळ्याचे संरक्षण करू शकत नव्हती. त्यामुळे अल्सरीक कॉर्निया होण्याची फार मोठी जोखीम होती, म्हणूनच पापणी शिवून माझा डोळा बंद करण्यात आला होता.

आठवड्यामागे आठवडे, महिन्यामागे महिने जात होते. मला एका गोष्टीचे फार कुतूहल वाटायचे की हॉस्पिटलमध्ये अशा अयोग्य डॉक्टरांची हेतुपुरस्सरच नियुक्ती केली जात असावी? त्यामुळे दीर्घ काळ दवाखान्यात राहणाऱ्या रोग्यांच्या मनातील वैद्यकीय पेशाविषयीचा सुप्त आत्मविश्वास दृढ व्हावा. दुसऱ्या शब्दात सांगायचेच, तर त्यांना बळीचे बकरे झाल्यासारखे वाटावे. समजा, हा माणूस दवाखाना सोडून गेला, जो बहुतेक लवकरच जाईल असे वाटते तर मला उपहासाने व तिरस्काराने बोलणारा दुसरा कोण असेल? मग मला या माणसाचे एकाकी अखंड प्रश्न ऐकण्याचा निखळ आनंदसुद्धा मिळायचा नाही. जसे तो विचारायचा, "तुम्हाला प्रत्येक गोष्टी दोन दिसतात का?'' आणि मी अत्यंत उद्विग्न होऊन मनातल्यामनात म्हणत असे, 'होय, मला एक नाही, दोन ॲसहोल्स (Assholes) दिसतात.'

जगण्यासाठी श्वास घेणे जितके आवश्यक आहे, त्याच तन्मयतेने व प्रकर्षाने प्रेम करावे, प्रशंसा करावी असे मला वाटते. मित्राकडून आलेले एखादे पत्र, चित्रमय पोस्टकार्डवरील बाल्थस पेंटिंग, 'सेंट सायमन'मधील एखादे पान हे सर्व तासामागून तास जाणाऱ्या आयुष्यासाठी खूप अर्थपूर्ण वाटते. पण मानसिक संतुलन राखण्यासाठी व लादल्या गेलेल्या उदासीनतेपासून सुटका मिळवण्यासाठी उद्विग्नता व राग यांवर नियंत्रण ठेवण्याचा मी आटोकाट प्रयत्न करतो. फार जास्तही नाही, फार कमीही नाही, कामापुरता किंवा आवश्यक तेवढा; एखाद्या प्रेशर कुकरच्या सेफ्टी व्हॉल्व्हसारखा!

अरे! 'प्रेशर कुकर' हे माझ्या एखाद्या नाटकाचे नाव असू शकते, जे

मी पुढे-मागे माझ्या अनुभवांवरून लिहू शकेन. खरेतर त्या नाटकास 'द आय' किंवा 'ककून' हे नाव देण्याचा विचार केला होता. तसे तुम्हाला या नाटकाचे कथानक व रचना माहीत आहेच. एक हॉस्पिटलची खोली, त्यात राहणारा मि. एल हा एक गृहस्थ ऐन उमेदीच्या वयात सेरेब्रो व्हॅस्क्युलर आघाताने असाध्य रोगाच्या तावडीत सापडलेला असताना आयुष्य जगण्यास शिकत आहे. नाटकात मि. एलच्या दवाखान्यातील संयमी, साहसी अनुभवासोबतच त्याचे त्याच्या पत्नीशी, मुलांशी, मित्रांशी, सहकाऱ्यांशी एवढेच नव्हे, तर कंपनीच्या स्थापनेपासून सक्रिय सहभाग असणाऱ्या जाहिरात-कंपनीशी असलेल्या हितसंबंधांविषयीसुद्धा असेल. एक महत्त्वाकांक्षी, थोडासा वक्रभावी, अपयशाच्या कल्पनेशी अपरिचित असा हा माणूस आयुष्यात पहिल्यांदाच संकटात सापडतो आणि त्याला शाश्वत आधारच निसटल्यासारखे वाटतात. तो सर्वस्वी कोलमडतो. त्याचे एके काळचे जिवाभावाचे जिवलग, आप्तस्वकीय परके होतात. हा त्याच्या आयुष्यातील सूक्ष्म बदल आपण रंगमंचावर आवाज बंद करून तो जसजसे एक-एक प्रसंग अनुभवत असतो तसतसे मनोगताच्या वाक्यांतून दाखवू शकतो. कथानक व सर्व इतर गोष्टी तयारच आहेत, फक्त नाटक तेवढे लिहायचे बाकी आहे. नाटकाच्या शेवटच्या प्रवेशाचे दृश्यसुद्धा अगोदरच तयार आहे. रंगमंचावर सर्वत्र काळाकुट्ट अंधार आहे. फक्त मध्यभागी असलेल्या बिछान्यावर मंद हॅलो लाईट आहे. वेळ रात्रीची आहे. प्रत्येक जण गाढ झोपेत आहे. पहिल्यांदा पडदा उचलला जातो, तेव्हा मि. एल खडबडून जागा होतो. अंगावरील ब्लँकेट फेकून बिछान्यावरून उडी मारतो. अंधूक रंगमंचावर फिरतो. पुन्हा काळोख. तुम्ही ऐकाल व्हॉइस ऑफ – मि. एलचा आंतरिक आवाज – एकदाच आणि शेवटचा.

'छे! हे एक स्वप्नच होते!'

माय लकी डे

आज खोली क्र. ११९ मध्ये पहाटेच्या पहिल्या किरणासोबतच कुठल्याशा पिशाच्चाची वक्रदृष्टी माझ्या विश्वावर पडली. ज्या नळीतून मला अन्नपुरवठा केला जातो, त्या नळीचे नियंत्रण ठेवणारे यंत्र अर्ध्या तासापासून बीप-बीप आवाज करीत निरर्थक सूचना देत होते. हा बीप-बीप आवाज मनात कुठेतरी खोल रुतत होता. माझ्या जिवाला घोर लागला होता व आता मला वेड लागण्याची वेळ आली होती. त्यात भर म्हणजे घामामुळे माझ्या उजव्या डोळ्यावर चिकटवलेली चिकटपट्टी सैल झाली होती. त्यामुळे एकत्र केलेले पापण्यांचे केस बुबुळांना टोचत होते आणि असह्य वेदना होत होत्या. या सर्वांवर कहर म्हणजे माझे युरीनरी कॅथेटर वरच्या भागातून वेगळे झाल्यामुळे मी ओलाचिंब झालो होतो. या नरकयातनांतून मुक्ती मिळावी म्हणून मी हेन्री सालव्हेडरचे गाणे 'काळजी नको करू बाळ, सर्व काही ठीक होईल!' बंद तोंडानेच गुणगुणू लागलो.

इतक्यात एक नर्स येते, सहजच टी.व्ही. लावते आणि टी.व्ही.वर अक्षरे दिसू लागतात– 'तुम्ही जन्मतः नशीबवान होता काय?'

अवर व्हेरी ओन मडोना

माझे मित्र जेव्हा मस्करीत मला विचारतात की, लौर्डसची (Lourdes) तीर्थयात्रा करण्याचा मी कधी विचार केला होता का? तेव्हा मी त्यांना तेवढ्याच विनोदाने उत्तर देतो, मी ती अगोदरच सत्तरच्या दशकाच्या शेवटीशेवटी केली आहे. त्या सुटीत, तशा हवामानात प्रवास करायचा की नाही, यावरून माझे आणि जोसेपाइनचे कडाक्याचे वाद झाले होते. आमचे संबंधही ताणले गेले होते. त्या अनियोजित, स्वच्छंद मौजेच्या सहलीत अनंत मतभेद होते. आम्ही सकाळीच निघालो. संध्याकाळचा मुक्काम कुठे करायचा हे तर निश्चित नव्हतेच, पण कुठे जायचे हेही माहिती नव्हते, तर केव्हा व कसे जाणार हे कसे सांगता येईल? दोन व्यक्ती जेव्हा अशा सहलीस निघतात, तेव्हा त्यांच्यात वाक्चातुर्य असणे अत्यंत महत्त्वाचे असते. जोसेपाइनची स्वत:ची एक पद्धत होती. ती तिच्या आणि मी माझ्या व थोडाबहुत तिच्या पद्धतीने वागत होतो. घरगुती अडीअडचणींवर मात कशी करता येईल या विचारातच एक संपूर्ण आठवडा ती होती. मी नुकताच एक्स-लेस-थर्म्समध्ये (Ax-les-Therms) गिर्यारोहण आणि भ्रमंती करून आलो होतो. तो आयुष्यातील फक्त खेळाव्यतिरिक्त वेगवेगळ्या अनुभवांचा काळ होता. माझी भ्रमंती बास्कच्या (Basque) समुद्रकिनाऱ्यालगत असलेल्या चेम्बर डी अमूर (Chamber d' Amour) येथे येऊन संपली. येथेच जोसेपाइनच्या काकांचा बंगला होता. येथूनच आम्ही वादळी आणि अतिशय रम्य असे पायरेनीस (Pyreness) ओलांडले. प्रवासात पुष्कळ विषयांवर आम्ही वाद घातले आणि त्यावर, 'खरेतर मी असे काही बोललोच नव्हतो/नव्हते' असा

अभिप्राय दिलेल्या वादांची जंत्री मागे ठेवून हा प्रवास संपला.

या अर्धवट वैवाहिक संबंधात भांडणाचे मुख्य कारण म्हणजे सहाशे-सातशे पानांचे काळ्या-पांढऱ्या कव्हरचे व आकर्षक शीर्षकाचे भलेमोठे जाडजूड पुस्तक. 'ट्रायल ऑफ द स्नेक' असे त्या पुस्तकाचे शीर्षक होते. या पुस्तकात चार्ल्स सोबराज या भरकटलेल्या गुरूची कथा आहे. मुंबई आणि काठमांडूच्या जवळपास अनेक पाश्चिमात्य प्रवाशांना संमोहित करून लुटले जात होते. सोबराज अँग्लोइंडियन (फ्रेंच व भारतीय बीजाचा) होता. तसेच शीर्षकामधील 'स्नेक' हे पात्र तोच होता आणि कथानक सत्य घटनेवर आधारित होते. मी कथानक तपशीलवार सांगू शकणार नाही किंवा सारांश सांगण्यातसुद्धा थोड्याबहुत चुका होण्याची शक्यता नाकारता येत नाही. पण एक गोष्ट मी निश्चित सांगू शकेन की, सोबराजची माझ्यावर खूप छाप पडली होती.

ॲण्डोराहून (Andora) परतीच्या प्रवासात पुस्तकांत खुपसलेले नाक वर करून, आजूबाजूच्या निसर्गसौंदर्याचा आस्वाद घेऊन त्याची प्रशंसा करण्याची माझी खूप इच्छा होती; पण तोपर्यंत आम्ही दक्षिण फ्रान्समधील पिक-डू-मिदी (pic-du-Midi) या गावी येऊन पोहोचलो होतो. जेथून दृश्य पाहावयाचे होते ती जागा दूर होती. तेव्हा दूरपर्यंत गाडी सोडून पायी जाण्यास आम्ही संपूर्ण नकार दिला. एवढ्यात पर्वतशिखरावरून दाट पिवळसर धुके सरकत असताना दिसले. धुके इतके दाट होते की, थोड्या वेळापुरते त्यापलीकडचे काहीच दिसेनासे झाले. एवढे सुंदर दृश्य असूनसुद्धा जोसेपाइन मला तिथेच ताटकळत सोडून एकटीच रागारागात त्या ढगांत, धुक्यात अदृश्य झाली. मी प्रवासात पुस्तक वाचत होतो त्याचाच हा रुसवा असावा व मला धडा शिकवण्यासाठी तिने मुद्दामच असे केले असावे, असे मला वाटले. मी हे मान्य केले की, मी या निसर्गरम्य नगरीत यापूर्वी कधीच आलो नव्हतो. माझ्या तप्त डोक्यात एकच विचार डोकावला. तो म्हणजे चार्ल्स सोबराज बर्नडेटेमध्ये (Bernadette) बेमालूमपणे एकजीव झाला असेल आणि अडोर नदीचे पाणी आणि गंगेचे पाणी एकमेकांत मिसळून गेले असावे.

दुसऱ्या दिवशी पर्वतरांगाचे दृश्य सोडून आम्ही लौर्डसच्या प्रवासास निघालो. रस्ता इतक्या चढ-उतारांचा व वळणावळणांचा होता की, कारने प्रवास करून मी पूर्णपणे थकून गेलो होतो. उष्णतेमुळे तगमग होत होती.

जोसेपाइनच गाडी चालवत होती. मी तिच्या बाजूच्या सीटवर बसलो होतो. पुस्तक वाचूनवाचून त्याची पाने मुडपल्यामुळे फुगलेले 'द ट्रायल ऑफ द स्नेक' मागच्या सीटवर पडले होते. मी सकाळपासून त्या पुस्तकाला स्पर्शसुद्धा केला नव्हता. जोसेपाइनचे असे मत झाले की, त्या साहसी कथानकाच्या पुस्तकाने माझ्या डोळ्यांवर झापड आली आहे आणि त्या पुस्तकापुढे मला तिच्यात रस वाटेनासा झाला आहे. तो यात्रेचा मोसम असल्याने शहरात सगळीकडे यात्रेकरूंची तोबा गर्दी होती. मी आम्हाला साजेशा एका हॉटेलच्या शोधात होतो. मी पूर्ण घामाघूम झालो होतो. कपडे व सर्वांग घामाने डबडबून गेले होते. हा प्रसंग नवीन भांडणास जन्म देतो की काय अशी मला दाट भीती वाटू लागली. हॉटेल 'Angleferre किंवा d' Espange किंवा des Balkan किंवा कुठल्यातरी हॉटेलच्या रिसेप्शनिस्टकडून होकाराच्या अपेक्षेत असतानाच वेगवेगळ्या प्रकाराने 'माफ करा, हॉटेलमध्ये रूम उपलब्ध नाही' असे उत्तर मिळाले. एखाद्या वकिलाने वंशजांना अचानकपणे सांगावे की, त्यांचे श्रीमंत काका या जगात राहिले नाहीत, असेच थोडेबहुत मला वाटले आणि मी आश्चर्याने एकदम ओरडलो, ''कमालच आहे! आपले काम झाले आहे. आपल्याला हॉटेलमध्ये रूम मिळाली!'' माझ्या अंतरमनाने सांगितले, 'नाही! लौर्डसमध्ये असा विनोद करायचा नाही!'

असो. हॉटेल तसे छान वाटले. एलिव्हेटरसुद्धा स्ट्रेचर नेण्याइतपत ऐसपैस होते. दहा मिनिटांनंतर रूममधील बाथरूम पाहिली. ती भरपूर मोठी तर होतीच, पण अपंगांसाठीसुद्धा सोयी केलेल्या होत्या.

जोसेपाइनने बाथरूममध्ये माझ्या अगोदर नंबर लावला. मी बाहेर टॉवेल गुंडाळून टेहळणी करत होतो. घशाला कोरड पडली होती. वाळवंटातील हिरवळीप्रमाणे समोरच छोटासा बार होता. मी घाईघाईने एक पाण्याची बाटली घेतली व त्यातील अर्धे पाणी एका दमात घटाघटा घशाखाली रिचवले. माझ्या कोरड्या ओठांवरील त्या बाटलीतील पाण्याचा स्पर्श मी कधीच विसरू शकणार नाही. त्यानंतर मी जोसेपाइनसाठी शॅम्पेन व माझ्यासाठी जीन ग्लासात ओतली आणि माझे बारमनचे कर्तव्य पूर्ण केले. मी मनोमन ठरवले की, चार्ल्स सोबराजच्या साहसी कथांकडे आता पाहायचेसुद्धा नाही. शॅम्पेन व जीनच्या परिणामात आता वातावरण थोडेसे मदमस्त होईल, पण कसचे काय? जोसेपाइनला

आत्ताच प्रवासाची तल्लफ आली. तिने चित्रातील फ्रॅन्कॉईल्स मौरीॲकसारखी दोन्ही पायावर उडी मारली आणि उद्गारली, "मला आत्ताच्या आत्ता मडोना पाहायला जायचे आहे."

मग काय, काळ्याकुट्ट ढगाळ वातावरणात आम्ही त्या धार्मिक स्थळास जाण्यासाठी निघालो. वाटेत एके ठिकाणी पुष्कळशा व्हीलचेअर आणि त्या ओढणारे लोकसुद्धा होते. हे लोक व्हीलचेअरमधून अपंग किंवा पॅरॅलिसिस झालेल्या लोकांना दर्शनासाठी घेऊन जात असत. मिरवणुकीच्या पुढे एक भक्त वाद्य वाजवीत चालत होती. तिचे केस वाऱ्याच्या फटकाऱ्याने उडत होते आणि तिने वाहण्यासाठी घेतलेले पुष्पगुच्छ हातात अगदी घट्ट धरून ठेवले होते. हाताच्या घड्या, निमूट चेहरे, अंगा-खांद्यावर, प्रसंगी डोक्यावर गाठोडी घेऊन वाकून चालणाऱ्या सर्व लोकांकडे निमूटपणे व काहीशा कुतूहलाने मी पाहत होतो. माझी एका माणसाशी चुकून दृष्टादृष्ट झाली म्हणून आम्ही सहजच हसलो; पण त्यानंतर त्या माणसाने जीभ ओठावर चिकटवून मला चिडवले. मी माझी काहीच चूक किंवा गुन्हा नसताना उगीच शरमलो. जोसेपाइनने फिकट गुलाबी रंगाचा उबदार शर्ट, त्याच रंगाची जीन्स व मॅचिंग रबरी शूज घातले होते. ती गर्दीला रेटतरेटत पुढे-पुढे जात होती. फ्रेंच पुजारी प्रसंगानुरूप अजूनही त्यांच्या धार्मिक रूढीप्रमाणे पोशाख करून परंपरा जोपासत होते. जेव्हा सर्व गर्दीतून एकत्र जयघोषाचा आवाज येत होता, 'हे मडोना, आम्ही तुला नतमस्तक होऊन नमन करतो. तू आमच्यावर प्रसन्न हो!' तेव्हा जोसेपाइन अगदी तिच्या बालपणी व्हायची तेवढी आनंदी दिसत होती. वातावरण एवढे उत्साही आणि आनंदी होते की, जल्लोष ऐकून एखाद्या बाहेरच्या माणसास 'पार्क डेस प्रिन्सेस' येथे 'युरोपियन कप' मॅचचाच आवाज ऐकत आहोत, असे वाटले असते.

रांग जवळपास अर्धाएक मैल होती. गुहेच्या प्रवेशद्वारासमोर सपाट मैदानात तेवढाच जनसमुदाय होता. कोणी मारीयाचा जप करत होते, तर कोणी जयघोष करत होते. मी यापूर्वी एवढी गर्दी मास्कोतील लेनीनच्या स्मारकाशिवाय इतरत्र कोठेही पाहिलेली नव्हती.

मी वैतागून म्हणालो, "माझे ऐक! तू जाऊन ये. तोपर्यंत मी इथेच थांबतो!"

जोसेपाइनने माझ्याकडे थोडा तिरस्काराने व थोडा दयेने कटाक्ष

टाकला आणि म्हणाली, ''वेड्या माणसा, तुझी सर्व पापे धुऊन निघतील आणि तुला पुण्य लागेल!''

''असे काही नाही. यापेक्षा विपरीत होऊ शकते. इथे आल्यानंतर एखादा धडधाकट, निरोगी माणूस काहीही अघटित घडून त्याला बाधासुद्धा होऊ शकते. त्याला पॅरालिसिस होऊन त्यातच त्याचा अंतसुद्धा होऊ शकतो.'' मी म्हणालो.

कित्येक लोक डोळे विस्फारून 'अभद्र बोलून अनादर करणारा हा माणूस कोण?' अशा नजरेने पाहत होते. जोसेपाइन 'मूर्ख माणूस' असे पुटपुटली. इतक्यात पाऊस चालू झाला त्यामुळे हा विषय थांबला व सर्वांचे लक्ष विचलित झाले. अनाहूतपणे सगळ्यांनी छत्र्या उघडल्या. मातीतून धूळ उडाली आणि मातीचा सुवास हवेत दरवळू लागला.

आणि शेवटी आम्ही सेंट पायस बासिलिकाच्या (Basilica) तळघरात पोहोचलो. ते एक भलेमोठे, प्रशस्त प्रार्थनामंदिर होते. तिथे पहाटे सहा वाजल्यापासून मध्यरात्रीपर्यंत 'मास'* चा धार्मिक विधी चालू राहतो. थोड्या-थोड्या वेळानंतर फक्त पुजारी बदलत असतात. या स्थळाची महती व माहिती देणाऱ्या पुस्तकात मी वाचले होते की, याचा आवाका इतका प्रचंड आहे की, येथे दोन-चार जम्बोजेट विमाने सहज सामावली असती. मी जोसेपाइनच्या मागे-मागे जात होतो. शेवटी आम्हाला एका बोळकांडीत बसायला जागा मिळाली, जिच्यावर कर्णकर्कश आवाजात सर्व धार्मिक विधी प्रतिध्वनित करणारा लाऊड स्पीकर बसवला होता. 'परमेश्वर जास्तीतजास्त वैभवसंपन्न होवो... जास्तीतजास्त वैभव... जास्तीतजास्त वैभव...' लाऊड स्पीकरमधून सतत ऐकू येत होते. शेजारीच एका कठड्यावर संपूर्ण तयारीनिशी आलेल्या एका भक्ताने आपल्या खिशातून दुर्बीण काढली व तो धार्मिक विधीचे प्रत्यक्ष दर्शन घेण्याचा प्रयत्न करू लागला. काही श्रद्धाळू भाविकांनी परिदर्शकाच्या (Periscope) साहाय्याने प्रत्यक्ष दर्शन घेण्यात समाधान मानले. मला एकदा जोसेपाइनच्या वडिलांनी सांगितले होते की, त्यांनी मेट्रो स्टेशनच्या बाहेर अशा उपकरणांची विक्री करून पैसा कमावला होता. त्यांनी

---

* MASS – येशू ख्रिस्ताच्या शेवटच्या जेवणाच्या आठवणीप्रीत्यर्थ ब्रेड आणि मद्य वाटले जाते.

ओरडून-ओरडूनच ध्वनिक्षेपणाचे कौशल्य प्राप्त केले होते आणि त्याचा उपयोग ते विवाहसोहळ्याचे किंवा भूकंपाचे किंवा बक्षीसपात्र कुस्तीचे श्रोत्यांकरता वर्णन करण्याकरता करतात.

आता पाऊस थांबला होता, पण हवेत अद्याप गारठा होता. जोसेपाइनने खरेदीची फर्माइश केली, ज्याचा मला अगोदरच अंदाज होता. सर्व तीर्थक्षेत्रांप्रमाणेच तेथील तीर्थक्षेत्राची एक आपली बाजारपेठ होती, जी मी अगोदरच हेरून ठेवली होती. त्या क्षेत्राचे महत्त्व दर्शवणारी सर्व प्रकारच्या धार्मिक साहित्यांची विविध दुकाने अगदी ओळीने खचाखच भरलेली होती.

जोसेपाइनला विविध वस्तूंचा संग्रह करण्याचा छंद होता. त्यात मग जुन्या परफ्युम्सच्या बाटल्या, प्राण्यांच्या कळपाचे किंवा एकट्या प्राण्याचे पेंटिंग, हॉटेल्समध्ये असाव्यात तशा प्लेट्स अशा एक ना अनेक वस्तूंचा भरणा! तिच्या प्रत्येक प्रवासात ती जिथे जाईल तिथून जी आवडली ती, जी मनात येईल ती वस्तू मागचा-पुढचा विचार न करता घेऊन येत असे. लौर्डस प्रथमदर्शनी खरोखरच मोहक होते. ती डावीकडील चौथ्या दुकानाच्या खिडकीत बसून होती. त्या दुकानातील धार्मिक पदके, स्वीस, ककू घड्याळे, नक्षीदार प्लेट्स, विविध प्रकारची खेळणी किंवा बाहुल्या, ज्यात छोटे-छोटे दिवे लागत, ख्रिसमस ट्रीची प्रतिकृती अशा कितीतरी वस्तू जणूकाही जोसेपाइनचीच वाट पाहत होत्या!

काहीतरी लाभ झाल्यासारखे एकदम आनंदाने जोसेपाइन अचानक ओरडली, ''ती पाहा! माझी मॅडोना.'' मी तेवढ्याच तत्परतेने म्हणालो, ''ती भेटवस्तू आहे.'' ती अवाजवी महाग असणार, दुकानदार त्या वस्तूची अवास्तव तारिफ करणार, 'ही एकमेव आहे' अशा खोट्या बढाया मारणार आणि माझ्याकडून खंडणी वसूल केल्याप्रमाणे काय वाट्टेल ती किंमत वसूल करणार, हे मी जाणले. त्या दिवशी संध्याकाळी आमच्या हॉटेलच्या रूममध्ये त्या महागड्या वस्तूच्या प्राप्तीचा आनंदोत्सव साजरा झाला. त्यातून बाहेर पडणाऱ्या प्रकाशातून छतावर सावल्यांचा खेळ होत होता आणि त्याच प्रकाशात आम्ही न्हाऊन निघालो होतो.

''जोसेपाइन, आपण पॅरिसला परतल्यानंतर बहुतेक विभक्त होऊ असे वाटते.''

''तुला असे वाटते का? मला या गोष्टीची कल्पना आली नसावी.''

"पण जो...."

ती झोपली होती. ती जेव्हा-जेव्हा चिडत असे किंवा रागावत असे तेव्हा-तेव्हा झोपेचा आश्रय घेत असे. झोपल्याचे नाटक करत असे. ही तिची खासीयत होती. आयुष्यात कधीतरी माघार घ्यायला तिची काहीच हरकत नव्हती. कधीतरी पाच मिनिटे, काही तास ती आयुष्यातील घटनांचा मागोवा घेऊन फेरविचार करू शकली असती. मी थोडा वेळ भिंतीवर उजेड-अंधाराचा लंपडाव पाहत पडलो होतो. झोप येत नव्हती. डोके त्याचत्याच विचारांनी गरगरत होते. रूममधील सर्व भिंती नारंगी रंगाने रंगवण्याची राक्षसी कल्पना लोकांच्या डोक्यात येतच कशी असेल, याची मला विनाकारण चीड येऊ लागली.

जोसेपाइन अद्याप झोपलेली होती. शेवटी मी अंथरुणातून उठलो, कपडे बदलले आणि एकटाच काळोखात चालत जाण्यासाठी बाहेर पडलो. तसे मला रात्री फिरायला जायला आवडत असे आणि अशा विषण्ण क्षणांवर मात करण्यासाठी मी कित्येकदा एकटाच चालत जात होतो. पूर्णपणे थकवा येईपर्यंत चालत होतो. गल्लीत काही डच युवक बीअर ढोसताना दिसले. त्यांच्याकडे पावसापासून संरक्षणार्थ कसल्याशा फाटक्या पिशव्या होत्या. गुहेकडे जाण्याचा मार्ग दणकट लोखंडी गजांनी बंद करण्यात आला होता, पण त्यातूनही मला शेकडो मिणमिणणाऱ्या मेणबत्त्यांचा प्रकाश दिसला. बराच वेळ चालल्यानंतर मी पुन्हा धार्मिक साहित्याच्या दुकानाजवळ येऊन थांबलो. चौथ्या खिडकीत आमच्यासारख्याच एका मेरीने आमची जागा घेतलेली होती. एवढ्या दूरच्या अंतरावरून मी पुन्हा आमच्या हॉटेलकडे जाण्यासाठी परतलो. हॉटेलजवळ येऊन पाहतो तर काय, आमच्या खोलीतील दिवा चालू होता. हे खिडकीतून येणाऱ्या प्रकाशामुळे लक्षात आले. वॉचमनची झोप मोडणार नाही, इतक्या हळुवारपणे मी जिन्याच्या पायऱ्या चढून रूममध्ये आलो. मला आश्चर्याचा धक्काच बसला. उशीवर गोवलेल्या रत्नासारखे माझे पुस्तक 'ट्रायल ऑफ द स्नेक' पडले होते. मी मनोमन चार्ल सोबराजची क्षमा मागितली. मला थोड्या वेळासाठी त्याचा विसरच पडला होता.

मी जोसेपाइनचे अक्षर ओळखले. पृष्ठ १६८ वर पान भरून 'I' काढला होता. ती संदेशाची सुरुवात होती. दोन प्रकरणांची सगळी पाने भरून टाकणारा तो संदेश होता,

'I love you, you idiot. Be kind to your poor Josephine.'
ती पाने वाचणे आता शक्यच नव्हते.
मी जेव्हा त्या पवित्र मूर्तीचा लाईट बंद केला, तेव्हा पहाट होत होती.

थ्रू अ ग्लास, डार्कली

मी व्हीलचेअरला खिळून मेल्यासारखा निष्क्रिय बसलेलो होतो. माझी पत्नी व्हीलचेअर ढकलत असताना निमूटपणे माझ्या मुलांच्या हालचालींचे निरीक्षण करत होतो. मी एक विचारशून्य पिता झालो होतो. थिओफाइल (Theophile) आणि सिलेस्टी (ce'leste) अतिशय निरागस, उत्साही व बडबड करणारी मुले आहेत. ती माझ्या आजूबाजूला असताना मला कधीच कंटाळवाणे वाटणार नाही. त्यांच्या चेहऱ्यावरचा आत्मविश्वास आणि हावभाव त्यांच्यावर अकाली पडलेल्या ओझ्याची जाणीव लपवत होते. थिओफाइल माझ्या बंद ओठांतून गळणारी लाळ नॅपकीनने टिपून घेत असे. त्याचे ते हळुवारपणे, मायेने लाळ टिपणे मला भीतिदायक वाटत असे. तो एखाद्या अनोळखी प्राण्यालाच हाताळतो आहे असे वाटे. व्हीलचेअर जेव्हा सावकाश चालत असे तेव्हा सिलेस्टी तिच्या दोन्ही हातांनी माझे डोके हलवून माझ्या कपाळाची पप्पी घेत पुन:पुन्हा म्हणत असे, ''तुम्ही माझे बाबा आहात. तुम्ही माझे बाबा आहात.'' जसे काही ती एखादा मंत्रच म्हणत आहे.

आज 'फादर्स डे'! मला हा पक्षाघाताचा झटका येण्यापूर्वी आम्हाला या दिवसाचे फारसे कधी महत्त्व वाटले नाही. त्यामुळेच या दिवशी सुटी काढण्याचासुद्धा कधी प्रश्नच उद्‌भवला नाही. पण हा दिवस आज आम्ही सर्वांनी एकत्र घालवला. वडलांची पुसटशी छबी, त्यांची सावली आणि अल्पसा सहवाससुद्धा 'वडीलच' असतात; हे मला पटले. मी आनंद व दु:ख यांच्या कात्रीत सापडलो होतो. मुलांच्या स्वच्छंदी हसण्या-बागडण्याचा, ओरडण्याचा, खेळण्याचा व मध्येच रडण्या-

रुसण्याचा आनंद वाटत होता, तर दुसरीकडे माझ्या यातना व भोग पाहून दुःख होत होते. भीती वाटत होती. आठ आणि दहा वर्षांच्या मुलांसाठी हे पचनी पडण्यासारखे नाही. असो. यापुढे कोणत्याही गोष्टीस फारसे गोंजारायचे नाही, असे आम्ही सर्वांनी ठरवले.

आम्ही सर्व जण बीच क्लबला गेलो. तिथे एका वाळूच्या ढिगाऱ्याजवळ माझी नियुक्ती करण्यात आली. इथे सूर्यप्रकाश व हवासुद्धा चांगली येत होती. हॉस्पिटलच्या लोकांनी छत्र्या आणि खुर्च्यांची व्यवस्था करून बसण्याची सोय केली होती. सोबतच वाळूत वाढणारी, फुले येणारी छोटी-छोटी झुडपेसुद्धा लावली होती. या प्रसन्न वातावरणात एखादी परी प्रत्येक व्हीलचेअरला रथात रूपांतरित करत असल्याची कल्पना सहजच एखाद्याच्या मनात येऊ शकेल. थिओफाइल विचारतो, ''हँगमॅनचा खेळ खेळायचा आपण?'' (हँगमॅन – फाशी देणारा माणूस.) मला त्याला सखेद सांगावेसे वाटते की, माझ्या पटावर अगोदरच असे अनेक हँगमॅन आहेत. पण मी उत्तर देण्यास असमर्थ होतो. बराच काळ वापरात नसलेली धारदार तलवारसुद्धा कुचकामी होते. खूप प्रयत्न करून एक-एक अक्षर जुळवून एखादे समर्पक विनोदी विधान करण्यास इतका वेळ लागतो की, तुम्हाला त्यातील विनोद, त्यातील समर्पकता समजण्यापूर्वीच संपून जाते. त्यातील सर्व मजाच जाते. त्यामुळे असे बोलणे टाळणेच उत्तम मार्ग वाटतो. सर्व संभाषण चटकदारपणापासून वंचित होते. त्या सर्व मौल्यवान शब्दांना बॅटने चेंडू मागे-पुढे मारावा असेच होते. मी विनोदी वृत्तीपासून बळेच वंचित झालो, ही माझ्यावर आलेल्या परिस्थितीची सर्वांत मोठी शोकांतिका आहे, असे मी समजतो.

पण आपण हँगमनचा खेळ निश्चित खेळू शकतो. बालपणी खेळण्याचा एक राष्ट्रीय खेळ म्हणजे 'हँगमन'. मी एका अक्षराचा अंदाज करतो, मग दुसऱ्याचा आणि तिसऱ्या अक्षराच्या वेळी पूर्णपणे बुचकळ्यात पडतो. माझे खरेतर खेळात लक्षच नाही. माझे सर्व दुःख उफाळून येत आहे. माझा मुलगा थिओफाइल माझ्यापासून दोन फुटांपेक्षाही कमी अंतरावर बसून अत्यंत संयमाने माझ्या खेळण्याची प्रतीक्षा करत आहे आणि मी बापाचे सर्व हक्क गमावून बसलेला एक बार आहे. मी त्याच्या केसांतून हात फिरवू शकत नाही. त्याला कुरवाळू शकत नाही. त्याची खाली वाकलेली मान वर करू शकत नाही. त्याच्या मऊ लुसलुशीत अंगाला

स्पर्श करू शकत नाही. त्याला घट्ट कवटाळून मिठी मारू शकत नाही. माझ्या मनाची असाहाय्यता व्यक्त करण्यास शब्द कमी पडतात. माझी अवस्था पिशाच्चासारखी झाली आहे. पराकोटीची असह्य झाली आहे. त्याची तुलना इतर कशासोबतही होऊ शकत नाही. बस्स! यापेक्षा जास्त सहन करू शकत नाही. डोळ्यांतून अश्रू आले आणि घशातून उमाळा आल्याचा घोगरा आवाज आला. थिओफाइल अचानक घाबरला. घाबरू नकोस बेटा, मी तुझ्यावर खूप प्रेम करतो. खेळात गुंग झालेला तो मात करण्यासाठी अद्यापही खेळतो. आणखी दोन अक्षरे आणि तो जिंकतो मी हरतो! कागदाच्या एका कोपऱ्यात थिओफाइल चित्र काढतो – एक वधस्तंभ, दोरी आणि फाशीची शिक्षा झालेला एक माणूस.

दरम्यान सिलेस्टी हात-पाय ताणून एका बाजूने हातावरून चक्राकार उड्या मारत होती. कदाचित ती काही साध्य करण्याचा प्रयत्न करत असावी. जेव्हापासून पापणीची उघडझाप करणे म्हणजे माझ्यासाठी भलेमोठे वजन उचलण्यासारखे झाले होते, तेव्हापासून ती अनेक शारीरिक कसरती करत आहे. मांजरीसारख्या लवचीक अंगाने मागच्या बाजूने उडी मारणे, वर पाय करून हातावर उभे राहणे, कोलांटी उडी मारणे अशा अनेक धाडसी उड्यांचे प्रकार करणे, शरीराला जास्तीत जास्त लवचीक वाटेल तसे वाकवणे असे अनेक प्रकार ती करत होती. भविष्याची अनेक स्वप्ने तिने रंगवली होती. कधी शाळेत शिक्षिका, कधी उत्तम मॉडेल, तर कधी फुलवाली होण्याचे स्वप्न! या लांबलचक यादीत तिने अजून एक भर टाकली ती म्हणजे दोन टोकांस ताणून बांधलेल्या दोरीवर चालण्याचे स्वप्न. आतापर्यंत सिलेस्टीने बीच क्लबवरील बघ्यांचे लक्ष वेधून घेतले होते आणि आता तिने नाच-गाणे चालू केले होते. थिओफाइलला मात्र विनाकारण लोकांना आपल्याकडे आकर्षित करून घेणे मुळीच आवडायचे नाही. जेवढी बहीण मोकळी आणि मनमिळाऊ होती, तेवढाच हा लाजाळू आणि एकाकी होता. मी शाळेच्या पहिल्या दिवशी परवानगी घेऊन शाळेची घंटा वाजवली होती, त्या दिवशी त्याला माझा मनापासून खूप राग आला होता. तो आनंदी राहील की नाही हे कोणास सांगता येणार नाही; पण निश्चितपणे तो स्वत:पुरता सुखी राहील.

साठच्या दशकातील अनेक गाणी सिलेस्टीला मुखोद्गत कशी याचे मला अनेकदा आश्चर्य वाटे. जॉनी हॅलिडे (Joiny Hallyday), सिल्वी

वर्टन (Sylvie Vartan), शैल (Sheila), क्लो-क्लो फ्रॅन्कॉईज हार्डी (Clo-Clo Francoise Hardy) – सुवर्णयुगातील सर्व कलाकार. अनेक जगप्रसिद्ध गाण्यांसोबतच विस्मृतीत गेलेली काही लोकप्रिय गाणीही ती गाते, तेव्हा मी भूतकाळात रमतो. मी जेव्हा जेमतेम बारा वर्षांचा होतो तेव्हा 'क्लो क्लो फ्रॅन्कॉईज' (45 rpm), 'पुअर लिटल रिच गर्ल' (45 rpm) ही गाणी कित्येकदा माझ्या रेकॉर्ड प्लेअरवर ऐकली होती. सिलेस्टी हीच गाणी मुक्तपणे गाते तेव्हा मला त्या गाण्याचा शब्दन्‌शब्द, गाण्यातील चढ-उतार आणि संगीत सारे काही अगदी जसेच्या तसे आठवते. पुन्हा एकदा तो अल्बम, त्याचे कव्हर, त्यावरचा त्या गायकाचा चट्ट्यापट्ट्याच्या शर्टमधला फोटो, ते शर्टचे बटन सर्वकाही डोळ्यांसमोर येते. माझ्याकडेही त्या गायकाच्या शर्टसारखा शर्ट असावा, असे मला खूपदा वाटले होते, पण मला तो मिळवता आला नाही. कारण आईला वाटत असे, तो फार हलक्या दर्जाचा शर्ट आहे. शनिवारी दुपारी रेकॉर्ड विकत आणून मी मनसोक्त आनंद घेतला होता. गेअर डू नॉर्डच्या (Gare du Nord) खालच्या भागात माझ्या वडिलांच्या एका चुलत भावाचे रेकॉर्ड्‌सचे एक छोटे दुकान होते. ते स्वभावाने फारच चांगले होते. तोंडात सतत पिवळ्या रंगाची गीटेन (Gitane) सिगारेट धरून ती इकडे तिकडे हलवणे ही त्यांच्याबाबतची माझी विशेष आठवण होती. 'पुअर लिटल रिच गर्ल, अलोन ऑन बीच, अलोन ॲण्ड रिच...'

काळ निघून जातो. लोक काळाच्या पडद्याआड लोप पावतात. अगोदर आई गेली नंतर क्लो-क्लोने इलेक्ट्रिक शॉक घेऊन आत्महत्या केली. त्यांच्या पाठोपाठ माझ्या वडिलांचे चुलत भाऊ, ज्यांच्या धंद्याचे दिवाळे निघाले होते ते गेले. ते त्यांच्यामागे त्यांची बरीच मुले आणि जनावरे सोडून गेले. त्या बिचाऱ्यांचे सांत्वनसुद्धा करणे शक्य नव्हते. माझ्या कपाटात आता त्या प्रकारचे अनेक शर्ट आहेत. आता त्या रेकॉर्ड्‌सच्या छोट्या दुकानात बहुतेक चॉकलेट्‌स विकले जातात. बर्कवरून एक ट्रेन सुटते व ती गेअर डू नॉर्डला जाते. एखादे दिवशी कुणालातरी मी त्या दुकानाचा शोध घ्यायला लावीन.

सॅल्व्ही ओरडून सिलेस्टीचे कौतुक करते. "वा! वा! खूपच छान!" लगेच थिओफाइलने तक्रार केली, "आई! आता संध्याकाळचे पाच वाजले आहेत. मला खूप कंटाळा आला आहे." एरवी मला हॉस्पिटलच्या

घड्याळाच्या ठोक्यांचे आवाज उत्साही वाटत असत, पण आता निरोप घ्यायच्या वेळेस तोच आवाज अत्यंयात्रेच्या स्वरांसारखा वाटत होता. वाऱ्यामुळे वाळू उडत होती. ओहोटीमुळे समुद्राचे पाणी बरेच दूर गेले होते. दूरवर गेलेल्या खलाश्यांची डोके क्षितिजावर टिंबाएवढी दिसत होती. परत जाण्यापूर्वी मुलांनी पुन्हा एकदा हात-पाय मोकळे केले होते. सॅल्व्ही आणि मी एकटे व शांत होतो. आतील बाजूस वळलेली माझी बोटे तिने आपल्या हातात घट्ट धरली होती. तिच्या चष्म्याच्या काळ्या काचेत निरभ्र आकाश प्रतिबिंबित होत होते. मात्र त्याच काचेमागे ती आमच्या भग्न आयुष्यावर हळूच अश्रू ढाळत होती.

शेवटचा निरोप घेण्यासाठी आम्ही माझ्या रूमपर्यंत आलो. थिओफाइलने सहजच विचारले, "बाबा, तुम्हाला कसे वाटते?" काय सांगू? तुझ्या बाबांचा घसा ताठरला आहे. हात उन्हामुळे काळवंडले आहेत. पुष्कळ वेळ बसून राहिल्यामुळे मलभागात दाह उठला आहे. तरीपण त्यांचा दिवस खूपच छान गेला आहे. मात्र तुमचे काय बच्छड्यांनो? तुमच्या या छोट्याशा मजेखातर केलेल्या सहलीतून, माझ्या अंतहीन एकान्तामधून तुम्ही काय मिळवले?

ते सर्व जण निघाले. पॅरिसच्या मार्गावर कारने वेग धरला असेल. सिलेस्टीने काढून आणलेले चित्र पाहण्यात मी मग्न झालो. ते चित्र मी लगेच भिंतीवर लावून घेतले. तिने दोन डोक्यांच्या, निळ्या डोळ्यांच्या, अनेक रंगांच्या खवल्या असलेल्या माशाचे चित्र काढून आणले होते. ते गणितातील अनंताच्या चिन्हासारखे (∞) दिसत होते. खिडकीतून सूर्य खाली सरकत होता. या वेळी सूर्यकिरण सरळ माझ्या उशीवर पडतात. निरोप घेण्याच्या गोंधळात मी पडदे सरकवण्याच्या खाणाखुणा करण्याचे विसरलो. जग बुडण्यापूर्वी एक नर्स येईलच.

पॅरिस

मी हळूहळू पण निश्चितपणे निस्तेज होत आहे. खलाशी जसा आपला किनारा अदृश्य होताना पाहतो, त्याप्रमाणे मी माझा भूतकाळ अदृश्य होताना पाहत होतो. माझा भूतकाळ माझ्यात जळत होता आणि त्यातील बऱ्याच आठवणींची तर आतापर्यंत जळून राख झाली होती. इथे कोशबद्ध झाल्यापासून पॅरिसच्या वैद्यकीय जगतात माझ्या दोन चकरा झाल्या. तेथील तज्ज्ञ शल्यचिकित्सक माझ्या आजाराविषयी काय म्हणतात, हे जाणून घेणे एवढाच उद्देश होता. पहिला प्रसंग, जेव्हा मला थोडे चांगले वाटले होते. माझी रुग्णवाहिका एका अत्याधुनिक, गगनचुंबी इमारतीजवळून जात होती. इथे एके काळी एका महिला-मासिकाच्या मुख्य संपादकाने मला बोलवले होते. अगोदर मी शेजारची इमारत ओळखली, जी साठच्या दशकातील जुनी इमारत होती आणि आता? मी आमच्या इमारतीचा रस्त्याकडील दर्शनी काचेचा भव्य भाग पाहिला, ज्यात ढगांचे व विमानाचे प्रतिबिंब दिसत होते. पदपथावर काही ओळखीचे लोक उभे होते. त्यांना मी गेली दहा वर्षे पाहत होतो, पण मला त्यांची नावे माहीत नव्हती. एक भला जाडजूड माणूस एका बाईच्या मागे हळूच तिचे केस धरून चालत होता. मला तो चांगलाच परिचयाचा वाटला. मी पुन्हा त्याच्याकडे मान वळवून पाहण्याचा प्रयत्न केला. पण दैवाला ते मान्य नव्हते. कदाचित आमच्या कार्यालयाच्या पाचव्या मजल्यावरून एखाद्याचे आमच्या रुग्णवाहिकेकडे लक्ष गेले असावे असे वाटले. ज्या कॅफेमध्ये आम्ही नियमितपणे जात असू त्या कॅफेजवळून जाताना माझ्या डोळ्यांतून अश्रू ओघळले. मी कधीकधी रडत असे, पण तेव्हा लोकांना

वाटत असे की, माझ्या डोळ्यांतून पाणीच येत आहे.

त्यानंतर चार महिन्यांनी मी पॅरिसला गेलो. पण या वेळी मी मुळीच भावनाविवश झालो नाही. रस्ते उन्हाने तळपत होते; पण माझ्यासाठी हिवाळाच होता. मी रुग्णवाहिकेच्या खिडकीच्या काचेतून पाहत होतो. मला एखाद्या चित्रपटातील पार्श्वभूमीच पाहिल्यासारखे वाटत होते. चित्रपट-निर्माते याला मागच्या पडद्यावरील प्रक्षेपण म्हणतात. हीरोची कार रस्त्याच्या बाजूने धावत असते; पण रस्ता त्याच्यामागे धावत असून स्टुडिओच्या भिंतीवर संपल्याचा भास होतो. हीचकॉकच्या जुन्या चित्रपटांमधील बरीचशी काव्यात्म दृश्ये या तंत्रज्ञानाच्या आधारे दाखवली जात असत. माझ्या पॅरिसच्या प्रवासाने माझ्यात एक प्रकारची उदासीनता आली. तरीही नजरेतून काहीच सुटले नाही – रंगीबेरंगी कपड्यातील गृहिणी, तरुण, लहान मुले, बेफाम धावणाऱ्या बसेस आणि बसशेजारून जाताना शिव्या देणारे स्कूटरवरून जाणारे लोक. डी I ऑपेरा ठिकाण स्मृतीपलीकडे गेले होते. झाडांचे शेंडे उंच इमारतीच्या काचेशी पिंगा घालत आहेत. आकाशात ढगांचे पुंजके... सर्व काही अगदी जसेच्यातसे जिथल्या तिथेच आहे. फक्त मीच इतरत्र आहे.

द टर्निप

आठ जूनला माझ्या नवजीवनास प्रारंभ होऊन सहा महिने पूर्ण होतील. तुझ्या पत्रांचा ढीग माझ्या टेबलवर साचला आहे. चित्रांची भिंतीवर गर्दी झाली आहे. मी तुझ्या प्रत्येक पत्राचे उत्तर देऊ शकेन असे वाटत नाही. त्यामुळेच मी 'समीझ्दत' (Samizdat) परिपत्रकातूनच माझे हालहवाल, माझी प्रगती आणि माझ्या आशा यांविषयी कळवण्याचे ठरवले आहे. सुरुवातीस मला काही गंभीर आजार झाला आहे, हेच मला मान्य नव्हते. प्रदीर्घ बेशुद्धावस्थेतून मी जेव्हा अर्धवट शुद्धीवर आलो, तेव्हा वाटले, लवकरच बरा होऊन मी पॅरिसला माझ्या कर्मभूमीवर परत जाईन. फारफार तर मला कुबड्यांचा किंवा काठीचा आधार घ्यावा लागेल.

बर्कमधून दरमहा पाठवलेल्या पहिल्या पत्रातील हा मजकूर होता, जो मी वसंत ऋतूच्या शेवटीशेवटी माझ्या सर्व मित्रांना व सहकाऱ्यांना पाठवण्याचे ठरवले होते. जवळपास साठ लोकांना परिपत्रके पाठवली. त्यामुळे पसरलेल्या अफवांना थोडा आळा बसला होता. शेकडो तोंडे, हजारो कान असणाऱ्या या प्रचंड गर्दीच्या शहरात ज्यांना काहीच माहीत नाही तेसुद्धा सर्व काही माहिती असल्यासारखे काय वाट्टेल ते बोलत होते. कॅफे डी फ्लोर (Cafe de Flore) हे पॅरिसमधील लोकांचे उठण्या-बसण्याचे प्रतिष्ठित ठिकाण. येथून माझ्याविषयी नाहीनाही त्या अफवा पसरल्या होत्या. माझ्या जिवलग मित्रांनी शेजारच्या टेबलावरच्या गप्पा चोरून ऐकल्या होत्या. गिधाडे जसे नुकत्याच मरून पडलेल्या अजस्त्र प्राण्याच्या देहावर तुटून पडतात, त्याच अधाशीपणाने रिकामटेकडे लोक

बोलत होते. एक जण म्हणाला, ''तुम्हाला माहीत आहे का? बॉबी आता पूर्णपणे व्हेजिटेबल* झाला आहे.'' लगेच दुसऱ्याने दुजोरा दिला, ''होय, मी पण असे ऐकले आहे.'' व्हेजिटेबल शब्दानेच सर्व जाणकारांच्या तोंडास पाणी सुटले असावे. कारण वेल्श रेअरबीट भरभरून खाणाऱ्यांच्या तोंडातून हा शब्द अनेक वेळा उच्चारला गेला होता. सर्व संवादांवरून हे नि:संशयपणे सिद्ध झाले की 'यापुढे मी कधी दिसलोच तर फक्त भाजीपाल्याच्याच दुकानांवर दिसेन.' फ्रान्स एक शांतीप्रिय शहर होते. इथे अशा प्रकारे वाईट बातम्या फैलावणाऱ्यांचा कोणीही वध करत नव्हते. माझा बुद्ध्यांक सलगमपेक्षा आजही जास्त आहे, हे सिद्ध करावयाचे असेल, तर मला स्वत:वर जास्त विश्वास ठेवायला हवा आहे.

अशा प्रकारे सामूहिक पत्रव्यवहारास सुरुवात झाली आणि त्यामुळे मी माझ्या जिवलगांच्या संपर्कात राहू शकलो. जे हटवादीपणे मौन धारण करतात, असे काही सुधारण्यापलीकडचे अपवाद वगळता इतर सर्वांना आता हे माहीत आहे आणि जरी एखादे वेळी माझ्या कोशात माझी परिस्थिती आवाक्याबाहेरची असली तरीही ते माझ्या कोशात येऊन मला भेटू शकतात.

मला बरीच विलक्षण पत्रे येतात. ती माझ्यासाठी उघडली जातात व माझ्या डोळ्यांसमोर पसरवून ठेवली जातात. या दैनंदिन कार्यक्रमातून टपाल आल्याचे कळते. टपाल येणे म्हणजे एखादा मूक धार्मिक सोहळाच वाटतो! प्रत्येक पत्र मी काळजीपूर्वक स्वत: वाचतो. त्यांपैकी काही पत्रे गंभीर स्वरूपाची असतात. त्यात आयुष्याचा अर्थ, आत्म्याचे सर्वश्रेष्ठत्व, प्रत्येक अस्तित्वाचे रहस्य अशा गोष्टींचा ऊहापोह केलेला असतो. पण यात मजेची बाब म्हणजे ज्या पत्रांत या मूलभूत प्रश्नांवर प्रकाश टाकलेला असतो, ती पत्रे लिहिणारे माझ्या केवळ तोंडओळखीचेच असतात. त्यांच्याशी झालेल्या अल्पशा संवादात या विचारांची खोली बुरख्यातच राहते. मी आंधळा आणि बहिरा होतो का? किंवा एखाद्याचा मूळ स्वभाव कळण्यासाठी इतकी मोठी आपत्ती यावी लागते का?

---

* मेंदूच्या दुखापतीमुळे ज्या व्यक्तीला आपले शरीर हलवताही येत नाही, अशा व्यक्तीला व्हेजिटेबल (vegetable) असे म्हणतात. हा शब्द अपमानदर्शक मानला जातो.

इतर पत्रे रोजच्या जीवनातील छोट्याछोट्या प्रसंगांची जुळवाजुळव करणारी असतात. जसे पहाटेच गुलाबाची फुले तोडणे, पावसाळी रविवारी येणारा आळस, इत्यादी. हे जीवनातील टिपलेले छोटेछोटे क्षण एक आनंदाची झुळूक देऊन जातात. इतर कोणत्याही गोष्टींपेक्षा याच गोष्टी माझ्या मनाला खोलवर हलवून जातात. काही ओळी किंवा आठ पानी पत्र, त्यावर मध्यपूर्वेच्या पोस्टाचा शिक्का किंवा स्थानिक शिक्का अशी सर्व प्रकारची पत्रे मी सांभाळून ठेवतो. हीच माझी अमूल्य ठेव आहे. एखादे दिवशी ही सर्व पत्रे मी एकमेकांशी जोडून अर्धा मैल लांबीच्या बोटीला बांधून पाण्यावर तरंगण्यासाठी सोडेन अशी आशा आहे. मग ती सर्व पत्रे मैत्रीच्या वैभवाची पताका हवेत फडकावतील. आणि सर्व गिधाडांना किनाऱ्यावरच सोडतील.

आऊटिंग

जीवघेणी उष्णता, पण तरीही मला बाहेर जावेसे वाटते. कित्येक आठवडे... कदाचित महिने लोटले असतील, माझी व्हीलचेअर दवाखान्याच्या आवाराबाहेर, समुद्रकिनाऱ्याच्या वाटेवर गेलीच नाही. मागच्या वेळी हिवाळा होता. हिमयुक्त वावटळीने वाळूचे ढग उडाले होते. काही गाड्या जाडजूड पांघरूण लपेटून हेतुपुरस्सर वाऱ्यात आल्या होत्या. आज मला उन्हाळयात बर्कचा समुद्रकिनारा पाहावयाचा आहे. संपूर्ण हिवाळाभर समुद्रकिनारा उजाड होता. आता जुलै महिन्यातील बेफिकीर लोकांची गर्दी असेल. सॉरेलपासून (Sorrel) येण्याकरता तीन ओबडधोबड वाहनतळ पार करून यावे लागतात. येत असताना अंग निव्वळ कुटून निघते आणि खूप दुखते. या रस्त्यावरून येणे किती जिकिरीचे काम आहे, ते मी विसरलो. या रस्त्यावरील पाण्याची डबकी, खड्डे तसेच निष्काळजीपणे पायवाटेवर सोडलेल्या कार या सर्वांमुळे रस्त्यावरून येणे म्हणजे यमयातनाच वाटतात.

आणि त्यानंतर समुद्र, समुद्रकिनाऱ्यावरच्या छत्र्या, शिडाच्या नौका, पोहणाऱ्यांची गर्दी हे सर्व एखाद्या पोस्टकार्डावरील चित्रासारखे वाटते. सुटीच्या दिवशीचा शांत व सौम्य, मुळीच भिती न वाटणारा समुद्र हॉस्पिटलच्या छतावरून दिसणाऱ्या निःस्तब्ध देखाव्यासारखा मुळीच नाही. अद्यापि त्याच उचंबळणाऱ्या आणि विरणाऱ्या समुद्राच्या लाटा, तेच धूसर क्षितिज, सर्व तेच आहे.

आम्ही आइस्क्रीमचे कोन व लालसर, फिक्क्या पिवळसर मांड्या यांच्या गर्दीतून वाट काढत होतो. गुलाबी, तरुण जिभेने व्हॅनिलाचा थेंब

चाटणे याची कोणीही कल्पना करू शकणे अगदी सोपे आहे. माझ्याकडे खऱ्या अर्थाने कोणाचेच लक्ष नाही. माँटे कार्लोमध्ये (Monte Carlo) जेवढ्या फेरारी कार असतात, तेवढ्याच व्हिलचेअर्स बर्कमध्ये सगळीकडे दिसतात आणि त्यात बसून माझ्यासारखे अनेक अपंग सैतान सर्वत्र फिरत असतात. आज दुपारी माझ्यासोबत तरुण क्लॉडी (claude) आणि ब्राईस (Brice) आहेत. त्यांनाच मी माझ्या पुस्तकाच्या नोंदी सांगत आहे. क्लॉडीची माझी ओळख दोन आठवड्यांपूर्वीची, पण ब्राईसला मात्र मी पंचवीस वर्षांपासून ओळखतो. माझ्या एवढ्या जुन्या साथीदाराने माझ्याविषयी सर्व काही क्लॉडीला सांगण्याचा गुन्हा करावा, याचे फार आश्चर्य वाटते. माझा शीघ्रकोपीपणा, माझे पुस्तकांविषयीचे प्रेम, माझी खाण्याची अघोरी आवड, माझे लाल होणे अशी सर्व काही इत्थंभूत माहिती त्याने दिली. काहीच शिल्लक ठेवले नाही. एखाद्या कथाकाराने लोप पावलेल्या संस्कृतीविषयी गोष्टी सांगाव्यात, त्याप्रमाणे तिने क्लॉडीला सर्व काही सांगितले. क्लॉडी म्हणते, ''तुम्ही असे असाल असे मला कधी वाटले नाही.'' यापुढे माझे जीवन दोन भागात विभागले गेले. एक, जे मला अगोदरपासून ओळखतात आणि दुसरा, इतर सर्व जे मला नुकतेच ओळखू लागले आहेत. ते मी कसा असेन याविषयी काय विचार करत असतील? त्यांना दाखवण्यासाठी माझ्याकडे एखादा फोटोसुद्धा नाही.

आम्ही पायऱ्या असलेल्या एका उताराच्या माथ्यावर थांबलो होतो. हा रस्ता बीच-बारकडे जातो. तिथे पुष्कळशा फिकट रंगाच्या गाड्यांची रांग असते. त्या जिन्यावरून मला पॅरिसच्या पोर्ट डी औटेइल (Port d' Autewil) मेट्रो स्टेशनच्या प्रवेशद्वाराची आठवण झाली. मी लहानपणी जुन्या मॉलिटॉर (Molitor) स्विमिंगपूलमध्ये पोहून क्लोरिनयुक्त पाण्यामुळे लाल झालेल्या डोळ्याने परतत असे तेव्हा तो जिना चढत असे. काही वर्षांपूर्वी तो स्विमिंगपूल तोडण्यात आला आहे. तो जिना म्हणजे आता माझ्यासाठी संपलेला मार्ग आहे.

''आता परत जायचे का?'' ब्राईसने विचारले. मी पूर्ण ताकदीने मान हलवून नकार दर्शवला – अंतिम ध्येय साध्य झाल्याशिवाय परत जाण्याचा प्रश्नच उद्‌भवत नाही. आम्ही एका जुन्या लाकडी दारूच्या अड्ड्यावरून पटकन पुढे गेलो. तेथील कर्णकर्कश संगीताने कानठळ्या बसत होत्या. आम्ही हॉस्पिटलमधील एका सुप्रसिद्ध व्यक्तीजवळून गेलो.

त्या व्यक्तीस आम्ही 'फॅनगीओ' (Fangio) म्हणतो. फॅनगीओ उंचपुरा, काळ्या केसांचा, खेळाडूसारखा दिसणारा, लोखंडी गजासारखा ताठर आहे. तो बसू शकत नाही. तो नेहमी उभा असतो किंवा आडवा असतो. तो आपल्या पोटावर पडून वेगात गाडी चालवतो, गर्दीतून पुढे जातो तेव्हा गर्दीतून आश्चर्य व कौतुकाचा एकच आवाज येतो, "तो पाहा, फॅनगीओ!" मी त्याला ओळखतो, पण खरेच तो कोण आहे? मला काहीच कल्पना नाही.

आम्ही शेवटी आमच्या प्रवासाच्या अंतिम टोकापर्यंत आलो. पादचारी मार्गाचा शेवटचा टप्पा. मी केवळ समुद्राचे दृश्य पाहण्याकरता या मार्गाने येण्याचा अट्टाहास केला नव्हता. समुद्रकिनाऱ्यापासून दूर जाणाऱ्या मार्गावरील एका मध्यमवर्गीय घरातून येणाऱ्या सुवासाचा मला अधाशासारखा आस्वाद घ्यायचा होता, म्हणून मी या रस्त्यावर आलो. क्लॉडी आणि ब्राईसने मला वारा येणाऱ्या ठिकाणी थांबवले. मस्त सुगंधी श्वास घेताना माझ्या नाकपुड्या आनंदाने फुरफुरून येत होत्या. मला एक प्रकारची धुंदी चढत होती. पण मर्त्य माणूस हा आनंद कायम साठवून ठेवू शकत नाही. इतक्यात मागच्या बाजूने एक नतद्रष्ट माणसाचा आवाज आला, "काय तेलकट, उग्र वास आहे!"

पण मला बटाटे तळताना येणारा वास कधीच नकोसा होत नाही.

ट्वेंटी टू वन

दॅट्स इट! मला आठवले. घोड्याचे नाव 'मीथ्र-ग्रॅण्डचॅम्प' होते. एव्हाना व्हिन्सेंट (Vincent) अब्बे व्हिलेमार्गे येतच असेल. जर तू पॅरीसहून निघाला असशील, तर हा प्रवास थोडा लांबच वाटतो. आता तू लांबलचक कार व लॉरीजच्या रांगा असलेला स्वयंचलित वाहनांचा दुपदरी मार्ग सोडला असशील.

ही गोष्ट दहा वर्षांपूर्वीची आहे. तेव्हा मी, व्हीन्सेंट आणि इतर काही सहकारी सारे अतिशय नशीबवान होतो. आम्ही एक दैनिक काढत होतो. आता ते सर्व लयाला गेले आहे. तेव्हा मी मालक होतो. छापखान्याच्या प्रेमाने भारावलेला उद्योगपती होतो. पॅरिसमधील तरुण संपादकांच्या विश्वासावर स्वत:चे दैनिक धाडसाने काढत होतो. तेव्हाच भ्रष्ट राजकीय नेते व काही आर्थिक शक्ती हा ताबा हिरावून घेण्याच्या मागे होते. शेवटी आमच्या अपरोक्ष चाल खेळली गेली आणि आम्ही हजार टक्के त्या जाळ्यात ओढलो गेलो.

आतापर्यंत व्हिन्सेंट रॉईन (Rouen) आणि क्रोटॉयचे (crotoy) रस्ते डावीकडे सोडून कृष्णवर्णीय वसाहतीतून बर्ककडे येणाऱ्या छोट्या रस्त्याला लागला असेल. ज्यांना रस्ता माहिती नाही ते ड्रायव्हर्स या रस्त्याच्या गल्लीबोळांमुळे हमखास रस्ता चुकतात. पण व्हिन्सेंट मला भेटण्यासाठी बऱ्याचदा आल्यामुळे संयम बाळगून व प्रामाणिक प्रयत्न करून व्यवस्थित येतो.

आम्ही आठवड्याचे सातही दिवस काम करत होतो. सकाळी लवकर येणे व उशिरा जाणे. पुष्कळदा शनिवारी, रविवारी रात्रभर आम्ही

आनंदाने काम करत होतो. दहा हात बारा हातांचे काम करत असत. व्हिन्सेंट प्रत्येक आठवड्यात नवीन दहा कल्पना सुचवत असे. त्यांपैकी तीन फारच छान असत, पाच बऱ्या, तर दोन मात्र निव्वळ फालतू असत. त्यांपैकी निवड करण्याचा आग्रह मी त्याच्यावर लादत असे. त्याच्या चंचल प्रवृत्तीस ते फारसे पटत नसे. चांगल्या आणि वाईट सर्व कल्पनांवर एकदमच काम करण्यासाठी तो उतावीळ असे.

आता तो वैतागला असावा. स्टेअरींगवर आपला संताप दाखवत महामार्गाच्या विभागाला शिव्याशाप देत असेल. मी ते समजू शकतो. दोन वर्षांत बर्कपर्यंत स्वयंचलित वाहनाचा मार्ग होईल. सध्यातरी अविरत चालू असलेले रस्त्याचे काम बुल्डोझर्स आणि इतर अवजड वाहनांच्या मागेमागे संथ गतीने पुढे जात आहे.

आम्ही अविभाज्य होतो. आम्ही जगलो, खाल्लो, प्यायलो, झोपलो, स्वप्ने पाहिली ती फक्त आमच्या वृत्तपत्राची! त्या दुपारी रेसकोर्सकडे जाण्याची कोणाची कल्पना होती? तो हिवाळ्यातील रविवार होता. वातावरण अगदी छान होते. थंड आणि कोरड्या हवेत वेन्सेन्स (Vencenes) रेसकोर्सवर घोडे धावत होते. आम्हाला रेसची फारशी आवड नव्हती. पण रेसकोर्स-ट्रॅक-वार्ताहरांनी आम्हाला खूपच भाव दिला होता. ट्रॅकच्या रेस्टॉरंटमध्ये आम्हाला जेवण दिले. जणूकाही ट्रॅकच्या, अल्लाउद्दीनच्या गुहेत प्रवेश करण्याचा परवलीचा शब्दच सांगावा तसे सांगितले, 'मीथ्र ग्रॅण्डचॅम्प हमखास, निश्चित जिंकणार! त्याच्यावर वीस ते एक बोली लागली आहे.' थोडक्यात, खूप फायदा – म्युनिसिपाल्टीच्या बॉण्ड्सपेक्षा कधीही चांगले आणि ते बरोबर वाटू लागले.

आता व्हिन्सेंट बर्कच्या सीमेजवळच्या परिसरात पोहोचला असेल आणि मला भेटणाऱ्या इतर सर्व लोकांसारखा आश्चर्य करत असेल, 'हा इथे काय करत आहे?'

आम्ही त्या दिवशी रेसट्रॅककडे पाहत पाहत उत्तम जेवणाचा मस्त आस्वाद घेतला. या प्रशस्त डायनिंग रूममध्ये रविवारी खास पोशाखातील गुंड मंडळी, दलाल, पॅरोलवर सुटलेले गुन्हेगार आणि तत्सम समाजकंटकांची नेहमीच वर्दळ असते. या सर्वांना रेसबद्दल एक नैसर्गिक ओढ असते. आम्ही सिगारचे मनसोक्त झुरके घेत चौथ्या रेसची वाट पाहत होतो. त्या उकाड्याच्या वातावरणात रानटी वनस्पतीचे पीक यावे तसे चहूबाजूंनी

गुन्हेगारीचे पीक येत होते.

समुद्र जवळ येताच व्हिन्सेंट लगेच वळून रस्त्याच्या बाजूने गाडी चालवतो. उन्हाळ्यातील प्रवाशांच्या गर्दीमुळे हिवाळ्यातील बर्फाच्छादित बर्कविषयीच्या त्याच्या आठवणींना ग्रहण लागते.

आम्ही व्हिन्सेंटच्या डायनिंग रूममध्ये इतका वेळ रेंगाळलो की, रेसविषयी विसरच पडला. मी खिशातून नोटांचे पुड्डल काढण्यापूर्वीच पैजेचे पैसे लावण्याची खिडकी आमच्या डोळ्यादेखत बंद झाली. वृत्तपत्राकडे वळलेल्या सर्वांनी माझ्यावर विश्वास ठेवला होता. आम्ही शहानिशा करून अंदाज बांधण्यापूर्वीच 'मिश्र ग्रॅण्डचॅम्प'चे नाव वृत्तपत्रातून झळकले. अफवांनी त्याला फार मोठा कपोलकल्पित प्राणी केले. प्रत्येक जण त्याच्यावर पैज लावण्याचे ठरवत होता. आम्ही फक्त रेस पाहणे आणि आशा ठेवणे एवढेच करू शकत होतो.

शेवटच्या फेरीत मिश्र ग्रॅण्डचॅम्प पुढे जात होता. अंतिम टप्प्यातील शर्यतीत तो पाच लेग्थने पुढे होता. आम्ही स्वप्नात पाहिले होते, ते प्रत्यक्षात आले. त्याने जेव्हा अंतिम मर्यादा ओलांडली, तेव्हा तो निकटच्या इतर प्रतिस्पर्ध्यांपेक्षा चांगला चाळीस यार्ड पुढे होता. आम्ही परतत असताना बाकी सर्वांनी टी.व्ही.समोर गर्दी केली असावी.

व्हिन्सेंटची कार हॉस्पिटलच्या पार्किंगमध्ये येऊन पोहोचली. उत्तम सूर्यप्रकाश होता. इथे मला भेटायला येणारे भीतीने गांगरून जातात. काही यार्डांचे अंतर मला जगापासून कसे विभक्त करते हे त्यांना मनोधैर्य एकवटून हिमतीने पाहावे लागते. आपोआप उघडणारे काचेचे दरवाजे, लिफ्ट नं. ७ आणि रूम नं. ११९ कडे जाणारा भयानक लहान व्हरांडा, अर्धवट उघड्या दारांतून दैवाने आयुष्याच्या अंतिम किनाऱ्यावर नेऊन सोडलेले, अंथरुणात असलेले दुर्दैवी रुग्ण फक्त तुम्ही पाहू शकता. काही भेटायला येणारे माझ्या रूमबाहेर उभे राहतात, ज्यामुळे ते कणखर आवाजात आणि कोरड्या नजरेने मला अभिवादन करू शकतात. शेवटी, जेव्हा ते माझ्या रूममध्ये येतात तेव्हा पाणबुड्याचा ऑक्सिजन-पुरवठा बंद झाल्यावर जसा श्वास घ्यावा तसे धापा टाकत श्वास घेतात. मी असेही काही लोक जाणतो, ज्यांनी शेपूट दाबून पॅरिसला पळ काढला; पण त्यांचे नैतिक धैर्य माझ्या रूमच्या उंबरठ्यावरच संपले होते.

व्हिन्सेंट दार ठोठावतो व आवाज न करता रूममध्ये येतो. मला

लोकांच्या चेहऱ्यावरचे हावभाव पाहण्याची सवय झाली आहे. त्यांच्या चेहऱ्यावरच्या भीतियुक्त भावना व नजरांकडे मी दुर्लक्ष करतो किंवा आता मला त्याचे फारसे काही वाटत नाही. मी पॅरलिसिसमुळे विकृत झालेल्या चेहऱ्यावर स्वागतार्ह हसू आणण्याचा प्रयत्न करतो. या केविलवाण्या प्रयत्नांच्या उत्तरार्थ व्हिन्सेंट माझ्या कपाळाचे चुंबन घेतो. तो बदलला नाही. त्याचे ते केसाचे लाल तुरे, त्याच्या धुमसणाऱ्या भावना, त्याची भारदस्त शरीरयष्टी, त्याचे ते एका पायावरून दुसऱ्या पायावर झुलणे हे सर्व पाहून असे वाटते की, खाणीतील स्फोटात जखमी झालेल्या सोबत्यास भेटणारा तो एक वेलश दुकानाचा व्यवस्थापकच आहे! व्हिन्सेंट थोडासा पुढे वाकून हलत होता. मिथ्र-ग्रॅण्डचॅम्पच्या त्या दिवशीच्या अपघाती विजयानंतर तो त्याच्या नेहमीच्याच आविर्भावात म्हणायचा, "मूर्ख! आपण पूर्णतः मूर्ख, नालायक आहोत. आपण ऑफिसमध्ये परत जाऊ तेव्हा इतिहासजमा झालेले असू."

खरे सांगायचे, तर मी मिथ्र ग्रॅण्डचॅम्प पूर्णपणे विसरलो होतो. त्या प्रसंगाची आठवण झाली म्हणजे मला दुप्पट त्रास होतो. लोप पावलेल्या भूतकाळाविषयी पश्चात्ताप होतो. त्याहीपेक्षा जास्त म्हणजे संधी गमावल्याचा तीव्र खेद होतो. मिथ्र ग्रॅण्डचॅम्प एक महिला होती. तिच्यावर प्रेम करण्यास आम्ही असमर्थ ठरलो. तिला अंकित करण्याची संधी आम्ही दवडली होती. आनंदाचे क्षण आमच्या हातून आम्ही निसटून जाऊ दिले होते. आज मला माझे संपूर्ण आयुष्य छोट्या गोष्टीतसुद्धा तोंडाशी आलेला घास न खाता आल्यासारखे वाटते. रेसचा निकाल आम्हाला अगोदरच माहीत होता, पण जिंकणाऱ्या घोड्यावर पैजेचे पैसे लावण्यात आम्ही अयशस्वी ठरलो.

असो! पण आम्ही सर्व सहकाऱ्यांचे पैसे परत करण्याची व्यवस्था केली होती.

लोडेड फॉर डक

लॉक-इन-सिन्ड्रोम विकृतीच्या अनेक व्याधींमुळे मी त्रस्त होतो. त्यात कहर म्हणजे मला ऐकण्याच्या बाबतीत गंभीर त्रास होत होता. माझा उजवा कान पूर्णपणे बधिर झाला होता, तर डाव्या कानात दहा फुटांवरचे आवाजसुद्धा प्रचंड मोठ्याने ऐकू येत होते. एखाद्या स्थानिक थीम पार्कची जाहिरात बीचवर सुरू असली, तर तो आवाज मला कॉफी-मिल सुरू असण्याइतका कर्णकर्कश वाटत असे. हा आवाज तर केवळ काही क्षणांसाठी राहत होता. पण व्हरांड्यातून सतत ओढून नेत असलेल्या व्हिलचेअर्सचा आवाज तर रॉकेटच्या आवाजासारखा क्लेशदायी वाटत असे. मी माझ्या ऐकण्याच्या त्रासाविषयी कित्येकदा सांगूनसुद्धा हे लोक माझ्या रूमचे दार बंद करण्यास हमखास विसरत असत. हॉस्पिटलचे लोक स्टॉकब्रोकर्ससारखे मोठमोठ्याने एकमेकांना बोलवत असत. कोणीही ऐकत नसले तरी रेडिओ मोठ्या आवाजात चालूच ठेवत असत. एवढेच नाही, तर फरशी पुसण्याचा आवाजसुद्धा नरकयातना देत होता. त्याशिवाय काही रुग्ण अतिशय भयानक होते. काही जणांना तर एकच कॅसेट पुन:पुन्हा ऐकण्यातच आनंद वाटत होता. माझ्या शेजारी एक छोटा रुग्ण होता. त्याला खेळण्यातील एक छोटेसे, गोंडस बदक दिले होते. त्यात एक यंत्रयोजना होती. कोणीही खोलीमध्ये आले की, बदक क्वॅक-क्वॅक असा कलकलणारा आवाज आपोआप करत असे आणि असा आवाज दिवसातून कमीतकमी पंचवीस वेळा तरी येत असे. तो कृत्रिम आवाज मला फार बोचत होता. मी ते बदक उचलून फेकूनच देणार होतो, पण त्यापूर्वीच सुदैवाने त्या छोट्या रुग्णास घरी सोडण्यात आले होते. पण मी

त्याची तयारीच ठेवली आहे. कारण आई-बाप आपल्या मुलांना कायकाय भयानक खेळणी देतात, याचा तुम्ही अंदाज करू शकत नाही. एक महिला-रुग्ण नुकतीच दीर्घ बेशुद्धीतून (कोमातून) शुद्धीत आली होती आणि वेडी झाली होती. खरेतर त्रास देणाऱ्या रुग्णाचे पहिले बक्षीस तिलाच द्यायला हवे. ती नर्सला चावत असे, शिपायांची लिंग पकडून त्यांना त्रास देत असे. ती साध्या शब्दात पाणीसुद्धा मागायची नाही. 'आग' असे ओरडून ती पाणी मागत असे. प्रत्येक वेळी शिव्या देत असे, ओरडत असे. सुरुवातीस प्रत्येकाने या कृतीवर नियंत्रण मिळवण्याचा धाडसी प्रयत्न केला. नंतर बरेच खटाटोप केले. शेवटी वैतागून त्यांनी तिचा नाद सोडला. मग तिचे रात्रंदिवस मुक्तपणे चिरकणे, ओरडणे, किंचाळणे चालू झाले. तिच्या माकडचेष्टेमुळे न्युरॉलॉजी विभागास चंचल कोकिळेच्या घरट्याचे स्वरूप आले होते. 'खून! खून!! धावा, धावा, मदत करा!' असे ओरडणाऱ्या आमच्या मैत्रिणीस इतरत्र हलवण्यात आले, तेव्हा मला खरोखरच खेद झाला.

अशा कर्णकर्कश गोंगाटातून मला जेव्हा पुन्हा शांतता मिळते, तेव्हा माझ्या डोक्यात फुलपाखरे फडफडू लागतात. मी तो आवाज ऐकू शकतो. त्यासाठी मन शांत ठेवून, लक्ष देऊन ऐकावे लागते. त्यांच्या पंखांची फडफड स्पष्ट ऐकू येते. हा आवाज मंदावण्यासाठी मोठ्याने श्वास घेणे पुरेसे आहे. ही एक कमालच आहे. माझ्या ऐकू येण्यात सुधारणा होत नाही, पण मी त्यांचा आवाज वरचेवर चांगला ऐकू शकतो.

मला फुलपाखराचेच कान असायला हवे होते.

सन डे

सूर्याच्या पहिल्या किरणांनी न्हाऊन निघालेली पिवळसर लाल दिसणारी दवाखान्याची इमारत मी खिडकीतून पाहत असतो. तो विटांचा रंग मला माझ्या शाळेतील ग्रीक व्याकरणाच्या पुस्तकाच्या कव्हरच्या रंगासारखाच वाटतो. मी फारसा हुशार विद्यार्थी नव्हतो. पण मला उबदार दाट रंगच्छटा खूप आवडते. ती मला पुन्हा एकदा त्या पुस्तकाच्या आणि अभ्यासाच्या जगतात घेऊन जाते. त्यात आम्ही 'अल्सी बिएड्स' कुत्र्याबरोबर आणि 'थर्मोपाईल' नायकाशी मैत्री करत होतो. हार्डवेअर दुकानदार त्या रंगास 'अँटीक पिंक' (Antique Pink) – विशेष प्राचीन गुलाबी रंग – असे संबोधतात. त्या रंगाचे हॉस्पिटलच्या व्हरांड्यातील गुलाबी रंगाशी मुळीच साम्य नाही. हॉस्पिटलमधील खालच्या भागातील किंवा माझ्या खोलीमधील खिडक्यांच्या चौकटीच्या फिकट जांभळ्या रंगाशीसुद्धा त्या रंगाचे काहीच साम्य नाही. हा फिकट जांभळा रंग तर एकदम स्वस्तातील सुगंधी बाटलीच्या कागदी वेष्टणासारखा वाटतो.

रविवार. मला रविवारची भीती वाटते. दुर्दैवाने कोणी भेटायला नाही आले तर तासन्तास भयाण विषण्णता, उदासीनता घालवण्यासाठी दुसरे काहीच साधन नाही. आज शारीरिक व्यायाम घेण्यास किंवा वाचाचिकित्सा करण्यास कोणीही येणार नाही. त्यामुळे संकोचाचा दबाव नाही. रविवार म्हणजे रुक्ष वाळवंट पार करणे. त्यात स्पंजने वरकरणी स्नान घालणे थोडा दिलासा असल्यासारखे, वाळवंटातील हिरवळीसारखे वाटते. या दिवशीच्या कामावरच्या नर्सेससुद्धा शनिवारी रात्री ढोसलेल्या दारूमुळे ढेपाळलेल्या असतात. त्याशिवाय रविवारी ड्युटी लागल्यामुळे आपण

आपल्या कुटुंबासह मेळ्याला, सहलीला किंवा मासे पकडण्यासाठी जाऊ शकलो नाही याची खंत, नाराजी त्यांच्या वागण्यातून दिसून येते. मला स्पंजने जे स्नान घालतात ते एखाद्या घाईघाईत काढलेल्या चित्रासारखे वाटते. त्यात पाण्याचा ओलावासुद्धा जाणवत नाही. टॉयलेटसाठीचा सुगंधी फवारा तीन वेळा मारूनही तो वस्तुस्थिती लपवू शकत नाही आणि मी दुर्गंधी पसरवत असतो.

रविवार. जर टी.व्ही. लावला तर योग्य चॅनलची निवड करणेच अत्यंत कठीण काम असते. ती एक कसरत असते. एखाद्या पुण्यात्म्याचे चॅनल शोधण्यात तीन-चार तास सहज जातात. एखाद्या आवडीच्या कार्यक्रमात मधूनमधून साबणांची संगीतमय रडकी जाहिरात किंवा खेळांचे मूर्खांसारखे प्रदर्शनीय प्रयोग किंवा जाड्याभरड्या आवाजातील बोलक्या बाहुल्यांचा कार्यक्रम पाहावा लागत असेल, तर आपल्या आवडीचा कार्यक्रम न पाहिलेला बरा असे वाटते. हिंसक कार्यक्रमाची प्रशंसा करणे माझ्या कानाला वेदना देते. मला कलेवरचा, ऐतिहासिक किंवा प्राण्यांवरचा माहितीपट पाहणे जास्त आवडते. जसे आपण आगीच्या ठिकाणी ज्वाला पाहतो, तसे मी हे कार्यक्रम आवाज बंद ठेवून पाहत असतो.

रविवार. घंटा तासांचे गंभीर ठोके देते. भिंतीवरच्या आरोग्यविभागाच्या कॅलेंडरमध्ये एकएक दिवस पुढे जातो. आता ऑगस्ट संपल्याची जाणीव देतो. हा एक रहस्यमय विरोधाभास आहे. इथे काळ गतिहीन वाटतो. तिथे मात्र घोडदौड करीत असतो. माझ्या या बंधनात्मक जगतात तास ओढूनताणून जातात, मात्र महिनेच्यामहिने भराभर जातात. ऑगस्ट महिना आहे यावर माझा विश्वास बसत नाही. मित्र, त्यांची बायका-मुले उन्हाळ्याची हवा खाण्यासाठी इकडेतिकडे गेली आहेत. मी माझ्या विचारात त्यांच्या उन्हाळ्यातल्या घरांत चोरून शिरकाव करतो. त्यामुळे माझे हृदय पिळवटून निघते; पण हरकत नाही. ब्रिटनमध्ये काही मुले आपल्या (बाईक) दुचाकी वाहनांवरून बाजारात जाऊन आली आहेत. त्यांचे चेहरे आनंदाने प्रफुल्लित झाले आहेत. त्यांपैकी काही जण लहानाची मोठीपण झाली आहेत. पण ब्रिटनच्या या रस्त्यांवरून फिरताना पुन्हा त्यांना त्यांच्या निरागस बालपणाचा आनंद उपभोगता येतो. आज दुपारी ते बेटावर नौकाविहारासाठी जातील. प्रवाहाविरुद्ध नौकाविहार करण्याची पराकाष्ठा करतील. त्यातील काही जण डोळे मिटून धनुष्याकृती

आकारात वाकून थंड पाण्याच्या मागे फरफटत जातील. दक्षिणेत मात्र धगधगणारी उष्णता घरातील थंडाव्यात बसण्यास भाग पाडते. मुले जलरंगात चित्रकलेच्या वह्या भरवत बसतात. एक पाय तुटलेली मांजर पुजाऱ्याच्या बागेमधील सावलीतील थंड जागेचा आश्रय घेते. थोड्या अंतरावर कॅमर्गच्या (Ceesmeesergne) त्रिभुज प्रदेशाच्या दलदलीतून बडीशोपेसारखा वास येत असतो. त्या दलदलीत काही बैलांचा कळप कंबरेपर्यंत बुडून बसला असेल. संपूर्ण देशभरात दैनंदिन कार्यक्रम चालू असतील. प्रत्येक घरातून आई स्वयंपाक करत असेल, पण दुपारचे जेवण माझ्यासाठी एक विस्मरणात गेलेली पौराणिक कथाच झाली आहे.

रविवार. मी माझ्या पुस्तकांचा गंभीरपणे विचार करतो. खिडकीखालच्या फळीवर काही पुस्तके रचलेली आहेत. ती माझी छोटीशी लायब्ररी आहे. तसा आज तिचा काही उपयोग नाही. आज सेनेका, झोला, चॅटीरब्राईंड आणि व्हलेरी लार्डबौड (Seneca, Zola, Chateaubrind and Valery Lard baud) कोणीही येऊन माझ्यासाठी ती पुस्तके वाचणार नाहीत.

माझ्यापासून अगदी तीन फुटांच्या अंतरावर ती पुस्तके पडलेली आहेत. पण ती माझ्या आवाक्यापलीकडे आहेत. एक काळी माशी माझ्या नाकावर बसली आहे. ती उडवण्यासाठी मी माझे डोके हलवतो आहे. पण ती पुन्हा तिथेच बसते आहे. या खेळापुढे ऑलिम्पिकमधील कुस्तीसुद्धा बालक्रीडा वाटते. रविवार.

द लेडीज ऑफ हाँगकाँग

मी प्रवासप्रिय होतो. निस्तेज आकाश मी इथून बाहेर पडण्याची शक्यता नाकारते, तेव्हा माझ्याजवळचा अनेक चित्रांचा, सुगंधांचा आणि भावनांचा साठा मला बर्कला दूर मागे कुठेतरी सोडण्यास मदत करतो. त्या भटकंती विलक्षण आहेत. तो न्यूयॉर्कच्या बारमधील उग्र वास, रंगूनच्या बाजारात दरवळणारी गरिबी, जगाचे छोटेछोटे भाग, सेंट पीटर्सबर्गच्या (Saint Petersburg) पांढऱ्याशुभ्र बर्फाच्छादित रात्री किंवा नेवाडामधील (Navada) फर्नेस क्रीक (Furnace Creek) वाळवंटातील तो वितळणारा अविश्वसनीय सूर्य... सर्वच विलक्षण आहे. या आठवड्याचे एक वैशिष्ट्य आहे. या आठवड्यात रोज पहाटेच मी हाँगकाँगला जात आहे. तिथे माझ्या मासिकाच्या आंतरराष्ट्रीय प्रकाशनाची परिषद होणार आहे. मी अजूनही 'माझे मासिक' असे म्हणतो, हे नोंद घेण्यासारखे आहे. हे दिशाभूल करणारे शब्द, हा अधिकारवाचक एकमेव वाक्प्रचार माझा या जगाशी संबंध प्रस्थापित करणारा एकमेव कमकुवत धागा आहे. मी हाँगकाँगमध्ये यापूर्वी कधीच आलो नव्हतो, त्यामुळे माझ्या इतर ध्येयांप्रमाणेच मला येथील रस्ते शोधण्यास थोडा त्रास झाला. प्रत्येक वेळी संधी येत होती तेव्हा माझे द्वेषी दैव मला माझ्या ध्येयापासून दूर करत होते. मी प्रयाणाच्या संध्याकाळी आजारी पडलो नाही, तर माझे पासपोर्ट हरवत असत किंवा ऐन वेळी नियोजित कामाशिवाय मला इतरत्र जावे लागत असे. थोडक्यात म्हणजे प्रत्येक वेळी अगदी सीमेवरून परत फिरावे लागत असे. एकदा मी माझी जागा जीन-पॉल के (Jean-Paul K) यांना दिली होती. हेझबोल्हाने (Hezbollha) त्यांना दिलेली

धमकी अद्याप स्वीकारली. त्या धमकीप्रमाणे त्यांची कित्येक वर्षे बीरूटच्या अंधारकोठडीत खितपत पडण्यात जाणार होती. तिथे वेड लागू नये म्हणून बॉर्डोक्सच्या (Boardeaux) १८५५ च्या वर्गीकरणाची गाथा अखंड म्हणत राहावे लागले असते. हाँगकाँगहून परत येताना त्यांनी माझ्यासाठी कॉर्डलेस फोन आणला होता. त्या वेळी ती अत्याधुनिक, कौतुकाची वस्तू होती. मला अजूनही त्यांचे ते गोल भिंगाचे हसरे डोळे आठवतात. मला जीन पॉल खूप आवडत होते. पण बीरूटमधून सुटका झाल्यापासून माझी त्यांची कधीच भेट झाली नाही. मला वाटते, मला फॅशन मासिकाच्या हलक्याफुलक्या जगातील मुख्य संपादक असण्याची लाज वाटली असावी. ते आयुष्याच्या क्रूर परिस्थितीशी झुंज देत होते. आता मी बंदिवान आहे आणि ते मुक्त आहेत. आता मेडॉक (Medoc) क्षेत्रातील कोणताच बालेकिल्ला हाताशी नसल्यामुळे फावला वेळ घालवण्यासाठी मी एका वेगळ्या प्रार्थनेची योजना केली आहे. मी किती देशात माझे मासिक प्रकाशित होत होते ते मोजतो. आंतरराष्ट्रीय ख्यातीच्या युनायटेड नेशन्समध्ये अगोदरच अठ्ठावीस सदस्य आहेत.

आणि फ्रेंच राजदूतासारखे अविरत काम करणारे माझे उत्तम सहकारी कुठे आहेत? ते एखाद्या हॉटेलमधील परिषदेत दिवसभर होणाऱ्या चायनीज, इंग्लिश, थाई, पोर्तुगीज किंवा झेक भाषेतील तात्त्विक व सूक्ष्म प्रश्नांच्या भडिमारास समर्पक उत्तरे देण्यात व्यग्र असतील. 'एल' (Elle) ही विशिष्ट स्त्री कोण आहे? आता ते हाँगकाँगच्या निऑनच्या प्रकाशाने झगमगणाऱ्या रस्त्यावरून फिरत असतील. या रस्त्याने पॉकेट कम्प्युटर्स आणि वेगवेगळे साबण विकले जातात. मी या चित्राची कल्पना करू शकतो. ते सर्व जण सतत बो-टाय घालणाऱ्या आमच्या मुख्य कार्यकारी अधिकाऱ्यामागे दुडुदुडु धावत असतील. तो नेहमीच त्याच्या सोबतच्या सहकाऱ्यांचे नेतृत्व करत असतो. सीरॅनोचा भाग, बोनापार्टचा भाग एकापाठोपाठ एक जात असतात आणि तो एका भल्यामोठ्या गगनचुंबी इमारतीपुढे त्याच्या चालण्याचा वेग कमी करून मागे वळून अशा काही रागीट मुद्रेने सर्व सहकाऱ्यांकडे कटाक्ष टाकणार की, जणूकाही तो सर्वांना खाऊनच टाकणार आहे!

कोणत्या मार्गाने? सर्वसामान्य की आपण नौकेने जाऊन मॅकॅओच्या (macao) एखाद्या मांसाहारी हॉटेलमध्ये काही डॉलर्सचा जुगार खेळायचा?

किंवा आपण फ्रेंच डिझाइनर फिलिप एसने (Phillipe s.) सुशोभित केलेल्या पेनिन्सुला (Peninsula) हॉटेलमधील फेलिक्स बारमध्ये (Felix Bar) जाऊन ताजेतवाने होऊ या? मला वाटते, दुसरा पर्याय जास्त चांगला आहे. खरे म्हणजे त्या भव्यदिव्य छिद्रातून चैनीत येणाऱ्या पाण्याच्या समोरील खुर्चीची पाठ माझी आवड आकर्षित करते. मला माझा फोटो घेतलेला मुळीच आवडत नाही. पण फिलीप एस.ने सजावटीत लावलेल्या पॅरिसमधील डझनभर लोकांत एक फोटो माझा होता. अर्थात, तो फोटो मी बुजगावणे होण्यापूर्वीचा होता. मला माझी खुर्ची इतरांपेक्षा किती लोकप्रिय आहे याची कल्पना नाही. पण तुम्हाला कधी तिथे जाण्याचा योग आलाच, तर परमेश्वरकृपेने त्या बारमनला मला काय झाले ते सांगू नका. असे म्हणतात, चिनी लोक अंधश्रद्धाळू असतात. माझे खरे दैव जर त्यांना समजले, तर छोटेछोटे गोड चिनी लोक त्या खुर्चीवर पुन्हा बसण्याचे कधी धाडसच करणार नाहीत.

द मेसेज

दवाखान्यातील माझा कोपरा एखाद्या खाजगी खर्चिक शाळेसारखा दिसत असला, तरी स्वर्गवासी कवीच्या सोसायटीच्या सदस्यांच्या उपाहारगृहातील गर्दी कोणाच्या नजरेतून चुकत नाही. मुलींच्या नजरा करड्या आहेत. मुलांनी गोंदवले आहे आणि बोटांत अंगठ्या घातल्या आहेत. तिथे बसून ते अखंड धूम्रपान करतात आणि सदैव हाणामारीच्या व मोटर-बाईकच्या गप्पा मारत असतात. पाठीवर मोठे ओझे असल्याप्रमाणे त्यांचे खांदे समोर वाकले आहेत आणि मान खाली वाकलेली आहे. त्यांचे बर्कमधील वास्तव्य म्हणजे वाया गेलेले बालपण आणि भविष्यात काम नाही यामधली स्थिती आहे. दुर्दैवाने ते शापित आहेत. मला जेव्हा व्हिलचेअरने त्या धुराने भरलेल्या थरातून नेण्यात येते, तेव्हा शांततेलाच कानठळ्या बसल्या आहेत असे वाटते. त्यांच्या डोळ्यांत दया किंवा सहानुभूती काहीच दिसत नाही.

उपाहारगृहाच्या खिडकीतून हॉस्पिटलचे ब्रांझचे हृदय वाजताना तुम्ही ऐकू शकता. घंटेचा घुमट दर तासाला चारदा कंप पावतो. टेबलवर एकत्र ठेवलेल्या रिकाम्या कपांसोबत एक छोटा टाईपरायटर ठेवलेला आहे. त्या टाईपरायटरच्या रुळावर कोरा गुलाबी कागद लावलेला आहे. या क्षणी जरी तो कागद कोरा असला तरी मला पूर्ण खात्री आहे, एके दिवशी त्यावर एक संदेश लिहला जाईल.

मी वाट पाहत आहे.

ॲट द वॅक्स म्युझियम

गेल्या रात्री स्वप्नात मी पॅरिसच्या 'म्युझी ग्रेवीन' (Musee' Grevin) या मेणाच्या वस्तुसंग्रहालयास भेट दिली. ते बदलले आहे. प्रवेशद्वार शतकापासून तसेच होते, विकृत रूप दाखवणारे आरसे तेच होते, भीतिदायक गुहा होत्या; पण समकालीन चित्रांचे दालन मात्र नव्हते. समोरच्या खोलीत रोजच्या कपड्यात काही पात्रांचे प्रदर्शन होते. मला अगोदर ती ओळखूच आली नाहीत. थोड्याच वेळात मी त्यांना हॉस्पिटलच्या पांढऱ्या कपड्यात कल्पना करून पाहिले. लगेच माझ्या लक्षात आले की, ही टी-शर्टमधील मुले, स्कर्ट घातलेल्या मुली, हातात टी-पॉट घेऊन ताटकळत उभ्या असलेल्या गृहिणी, हेलमेट घातलेले तरुण हे सर्व जण तर दवाखान्यात माझ्या बिछान्याच्या जवळपास रात्रंदिवस फिरणाऱ्या नर्स व इतर रोजचे कर्मचारी आहेत. ते सर्व जण सभ्य, असभ्य, काळजीवाहू, निष्काळजी, कठीण परिश्रम करणारे, आळशी, तुम्ही ज्यांच्याशी संबंध ठेवू शकता ते आणि ज्यांच्यासाठी तुम्ही फक्त रुग्ण आहात ते, सर्वच मेणात रुतवलेले होते.

पहिल्यांदा मला काही कर्मचाऱ्यांनी घाबरवूनच टाकले होते. एखाद्या फार भयानक कटात सामील असल्याबद्दल डांबून ठेवणारे ते तुरुंग-अधिकारीच वाटत होते! ज्यांनी मला व्हिलचेअरमध्ये बसवताना माझा दंड पिळला होता, ज्यांनी रात्रभर टी.व्ही. चालूच ठेवला होता, ज्यांनी मी विरोध दर्शवल्यानंतरही त्रासदायक अवस्थेत तसेच सोडून दिले होते अशा काही लोकांची मला चीड येत होती. कधी काही क्षण तर कधी काही तास असे वाटत असे की, मी त्यांना हसतहसत मारूनच टाकले

असते आणि डोक्यातील रागाची तीव्रता कमी झाल्यावर मला वाटत असे की, हे लोक बरेच चांगले आहेत. ते त्यांचे नाजूक काम खूप काळजीपूर्वक करतात. आमचे खांदे व जखमा जेव्हा पुसतात तेव्हा ते आम्हाला कमीतकमी त्रास होईल याची काळजी घेतात.

मी त्या सर्वांची टोपणनावे ठेवली होती. ते रूममध्ये आले की, मी मनोमन त्यांना मोठ्याने बोलवू शकत होतो. जसे 'ए! निळ्या डोळ्याच्या', 'सकाळच्या आडदांड पक्षा' इत्यादी. पण त्यांना हे माहिती नव्हते. जसे एक जण नाचतनाचत येतो, माझ्या पलंगाजवळ एल्व्हिस प्रिस्लेच्या आविर्भावात उभा राहतो आणि विचारतो, "तुम्ही कसे आहात?" त्याचं नाव डेव्हिड बोवी (David Bowie). प्रोफेसरकडे पाहिल्यानंतर तर मला हसूच येते. त्याचा तो लहान मुलासारखा चेहरा, पांढरे केस आणि दमदार आवाजात न्याय्य बोलणे, "आतापर्यंत तर सर्व चांगले आहे." रॅम्बो आणि टर्मिनेटर (Rambo & Terminator) हे तर सभ्यतेचे नमुने असूच शकत नाहीत, याची तुम्हीसुद्धा कल्पना करू शकता. मला थर्मामीटर बरी वाटते. ती नियमित, न विसरता माझ्या काखेत थर्मामीटर खुपसण्याचे काम करते. कामावरच्या तिच्या निष्ठेस तोड नाही.

माझ्या स्वप्नातील वस्तुसंग्रहालयाच्या मूर्तिकारास बर्कच्या हॉस्पिटलमधील व्यक्तींच्या चेहऱ्यावरील हसरे आणि रागीट हावभाव टिपण्यात संपूर्ण यश प्राप्त झाले नव्हते. हे सर्व उत्तरेकडील रहिवासी. त्यांचे पूर्वज फ्रान्सच्या या चिंचोळ्या भागात खाडीचा काठ व पिकार्डीची उत्तम शेतजमीन यांच्या दरम्यान स्थायिक झाले. ते जेव्हा एकत्र येतात, तेव्हा लगेच त्यांच्या मायबोलीत बोलत असतात. काही जण तर अगदी गरीबबिचारे निव्वळ चित्राकृती वाटतात! सूक्ष्म चित्रे काढणारे मध्ययुगीन चित्रकार फ्लॅनंडर्सच्या रस्त्यावरील गर्दीलासुद्धा त्यांच्या कुंचल्याने जिवंतपणा आणण्याची किमया करतात. या लोकांचे खरे रूप समजण्यासाठीसुद्धा त्या सूक्ष्म चित्रकाराची कल्पनाशक्ती असावी लागते. आपल्या कलाकारांत तेवढे कौशल्य नसते. तरीही त्यांनी तरुण शिकाऊ नर्सेसच्या चेहऱ्यावरील तेज, गुलाबी गाल, त्यावर पडणारी खळी, ग्रामीण मुलगी तयार करण्यात बऱ्याच प्रमाणात टिपले होते. मी जेव्हा रूम सोडली तेव्हा मला जाणवले की, मला माझ्या यातनांची सवय झाली आहे.

मी शेजारच्या प्रदर्शनीय भागात प्रवेश करत होतो. तिथे खूप

सविस्तर चित्रांची पुनर्निर्मिती केलेली होती. पण आश्चर्याची गोष्ट म्हणजे मी माझ्या खोली क्र. ११९ मध्ये परत आलो होतो. चित्रांच्या जवळ जाऊन पाहतो, तर चित्रे वेड्यावाकड्या रंगीत छाप्यात रूपांतरित झाली होती. एखाद्या काल्पनिक चित्रासारखी दूरवर दिसणाऱ्या दृश्याची प्रतिकृतीच जणू तयार केली होती! बिछान्यावर कोणीच नव्हते. अंधूक प्रकाशातील पिवळ्या बेडशिटच्या मध्यावर फक्त एक पोकळी होती. इथे मला बिछान्याच्या दोन्ही बाजूस उभे असलेले लोक ओळखण्यात काहीच अडचण आली नाही. ते आपत्तीनंतर अचानक उद्‌भवलेले माझे शरीररक्षक होते.

मायकेल स्टूलवर बसून इमानेइतबारे अभिप्राय वहीत लिहीत होता. ॲने मेरी गुलाबाच्या चाळीस फुलांचा गुच्छ करत होती. बर्नार्ड एका हातात एखाद्या मोठ्या व्यक्तीचे आत्मचरित्र धरून दुसऱ्या हाताने नाटकातील बॅरीस्टरचे हावभाव करत होता. जणू खुद्द डॉमीअरच होता! त्याच्या नाकाच्या शेंड्यावर स्थिर झालेल्या स्टील फ्रेमच्या चष्म्यामुळे तर कोर्ट-रूममधील प्रमुख वकिलाचे व्यक्तिचित्र हुबेहूब उभे राहत होते. फ्लॉरेन्स मुलांची चित्रे पुठ्ठ्यावर टाचत होती. तिच्या काळ्या केसांमुळे तिच्या हास्यात दुःखाची छटा दिसत होती. भिंतीला रेलून उभा असलेला पॅट्रिक कुठल्यातरी विचारात हरवल्याचे स्पष्ट दिसत होते. आयुष्यात झेप घेण्याच्या तयारीत असताना जेव्हा हे मित्र भेटायला येतात, तेव्हा त्यांच्यातून प्रक्षेपित होणारी करुणा, दुःख एकवटलेली आपुलकी मला जाणवते.

वस्तुसंग्रहालयात आणखी नवनवीन काय आहे, हे पाहण्यासाठी मी पुढे जाण्याच्या प्रयत्नात होतो. इतक्यात, एका अंधाऱ्या व्हरांड्यात तेथील गार्डने माझ्या चेहऱ्यावर एकदम लख्ख प्रकाश टाकला. मी एकदम डोळे घट्ट मिटले. जेव्हा जागा झालो, तेव्हा भल्यामोठ्या दंडाची एक नर्स हातात पेनलाईट घेऊन माझ्यावर वाकत होती. "तुमच्या झोपेच्या गोळ्या तुम्हाला आता हव्यात की मी तासाभराने परत येऊ?"

द मिथमेकर

पॅरिसच्या शाळेच्या बेंचवर मी माझी पहिली जीन्सची पँट घातली होती. तिथेच मी ऑलिव्हर (olivier) नावाच्या मुलाशी मैत्री केली होती. त्याचा चेहरा गुबगुबीत आणि लालबुंद होता. घर सोडून पळून जाण्याच्या त्याच्या खोट्या वेडामुळे त्याची मैत्री अटळ झाली होती. सतत त्याच्यासोबत राहण्यासाठी चित्रपट पाहण्यास जाण्याची आवश्यकताच नव्हती. ऑलिव्हरच्या मित्रांच्या घरात चांगली आसने होती आणि चित्रपट तर एक जादूचे संशोधन होते. सोमवारी तो आमची खूप करमणूक करत असे. 'थाउजंड ॲण्ड वन नाईट्स'मधील साहसकथा सांगत असे. रविवार जर त्याने जॉनी हॅलीडेबरोबर घालवला नसेल, तर तो जेम्स बॉण्डचा नवा चित्रपट पाहण्यास लंडनला गेलेला असे. त्याने नुकतीच फ्रान्समध्ये आलेली जपानची होंडा मोटारबाइक चालवली नाही तोच शाळेच्या प्रांगणात त्या बाइकविषयी सर्वांगाने चर्चा होत असे. सकाळपासून रात्रीपर्यंत आमचे मित्र लहानलहान खोट्या गोष्टींपासून ते मनाने रचलेल्या मोठमोठ्या गोष्टी निर्लज्जपणे सांगत असत. पुष्कळदा दुसरी गोष्ट पहिल्या गोष्टीशी विसंगतसुद्धा असे. उदा. सकाळी दहा वाजता अनाथ, दुपारी एकुलताएक मुलगा आणि दुपारनंतर तो चारही बहिणींना बाजूला सरकवू शकत असे. त्यांपैकी एक स्केटींग चॅम्पियन होती. त्याचे वडील प्रत्यक्षात प्रशासकीय कर्मचारी होते. पण दिवसानुरूप तो कधी त्यांना ॲटमबॉम्बचा संशोधक, कधी बीटल्स म्युझिक ग्रुपचा व्यवस्थापक किंवा जनरल-डी-गालेचा माहिती नसलेला पुत्र करत असे. ऑलिव्हर स्वत:च त्याच्या बोलण्यात सुसूत्रतेची काळजी करत नव्हता, त्यामुळे आम्हीसुद्धा त्याच्याकडून

सातत्याची अपेक्षा ठेवत नव्हतो. तो जेव्हा निव्वळ विक्षिप्त सारांश सांगत असे, तेव्हा आम्हीसुद्धा काही शंका उपस्थित करत होतो. पण तो त्याच्या विश्वासाचे समर्थन करत असे आणि शेवटी चिडून 'मी शपथेवर सांगतो' असे म्हणत असे. मग आम्हीच माघार घेत होतो.

मी जेव्हा मागच्या वेळी शोध घेतला तेव्हा कळले की, तो लढाऊ विमानाचा पायलट नव्हता किंवा गुप्तहेर नव्हता किंवा इमीरचा (Eamir) सल्लागारही नव्हता. एके काळी या व्यवसायांबद्दल विचार करत होता. असा अंदाज लावता येतो की, तो त्याचे पूर्ण कसब जाहिरातीच्या जगतात प्रत्येक पांढऱ्या फुलास सोन्याचा मुलामा देण्यात अखंडपणे घालवत असेल.

मी नैतिकदृष्ट्या ऑलिव्हरपेक्षा श्रेष्ठ आहे, असे कधीच समजू नये. आज मला त्याच्या गोष्टी सांगण्याच्या कौशल्याविषयी हेवा वाटतो. मला कधी हे कौशल्य अवगत करता येईल, असे वाटत नाही. तसा आज मीसुद्धा स्वत:साठी पर्यायी असे भव्य प्रारब्ध प्रस्थापित करण्याची सुरुवात करत आहे. प्रसंगी मी एक पहिल्या क्रमांकाचा ड्रायव्हर आहे आणि तुम्हीसुद्धा मला मोन्झा (Monza) किंवा सिल्व्हरस्टोनच्या मार्गावर अति जलद वेगाने जाताना पाहिले आहे. तो रहस्यमय पांढरा प्रतिस्पर्धी, ज्याला कोणते विशिष्ट नाव नाही, नंबर नाही किंवा जाहिरातीचे घोषवाक्य नाही तो मीच आहे. माझ्या बिछान्यात ताणलेला – नाही माझ्या कॉकपीटमध्ये – मी स्वत:ला कोपऱ्यात ढकलतो – माझे डोके हेलमेटमुळे खाली वाकलेले, गुरुत्वाकर्षणामुळे बाजूला ओढले गेलेले आणि वेदना देत एका बाजूस फिरलेले. टी.व्ही.वरील मालिकेमध्ये मोठ्या ऐतिहासिक युद्धात मला सैनिक म्हणून निवडण्यात आले आहे. मी वेर्सिंगेटोरीक्सच्या (Vercingetorix) बाजूने सीझरच्या (Caesar) विरोधात लढलो. पॉयटिअर्सवर (Poitiers) आक्रमण करणाऱ्या अरब सैनिकांना मी परतवून लावले आहे. मी नेपोलियनला विजय मिळवण्यात मदत केली आहे आणि वेरडूनचे (Verdun) संरक्षण केले आहे. मी नुकताच डी-डेच्या लँडिंगमध्ये जखमी झाल्यामुळे शपथेवर सांगू शकत नाही की, मी हवाई छत्रीने डीन-बीएन-फू (Dien-Bien phu) येथे उतरू शकेन! फिजिओ-थेरपिस्टच्या देखरेखीखाली मी टूर डी फ्रान्सचा अशक्य वाटणारा प्रसिद्ध विजय खेचून आणण्याच्या मार्गावर आहे. यशामुळे माझ्या दुखणाऱ्या

स्नायूंना थोडा आराम मिळतो. मी उतारावरून खाली येणारा असामान्य स्कायर* आहे. मी खाली असलेल्या गर्दीच्या गर्जना ऐकू शकतो. मी माझ्या कानाने वाऱ्याचे घोंगावणे ऐकू शकतो. मी मर्जीतील व्यक्तींपेक्षा कित्येक मैल पुढे होतो.

'मी शपथेवर सांगतो!'

---

* बूट घालून बर्फावरून घसरणारा माणूस

ए डे इन लाइफ

८ डिसेंबर १९९५ चा शुक्रवार. तो एक विदारक दिवस होता. आम्ही रस्त्याच्या शेवटापर्यंत आलो होतो. मी हे पुस्तक चालू केले तेव्हापासून मी संपूर्णपणे कार्यक्षम होतो त्या शेवटच्या क्षणाचे वर्णन करण्याचा माझा मानस होता. पण मी ते इतक्या दीर्घ काळपर्यंत लांबवले की, आज मला माझ्या भूतकाळात डोकावयाचे म्हणजे एकदम गरगरल्यासारखे होते. फुटलेल्या थर्मामीटरमधून निसटणाऱ्या पाऱ्यासारख्या त्या दीर्घ निष्फळ तासांचे स्मरण मी कसे साठवू शकतो? काळ्या केसाच्या, थोड्याशा बिनधास्त, कदाचित थोड्या तापट स्वभावाच्या, मुलायम, उष्ण देहाच्या मुलीशेजारून माझे शेवटचे उठणे मी कसे वर्णन करू? बरेच दिवसांच्या वाहतुकीच्या संपानंतरची ती तुरळक वाहतूक, ती शांतता, ते लोक, सगळीकडे शुकशुकाट असलेले शहर सारे काही फार भकास वाटत होते.

लाखो पॅरिसवासीयांप्रमाणेच आमच्याही अर्थहीन नजरा आणि निस्तेज त्वचा, निष्कारण संपामुळे होत असलेल्या त्रासाबद्दल मी आणि फ्लारेन्सने चिक्कार वाद घातला, आरडाओरडा केला. त्या साध्या छोट्या कृती : दाढी करणे, कपडे घालणे, गरम चॉकलेट्स पटकन गिळणे इत्यादी नियमित यांत्रिक पद्धतीने करणे आज मला फारच मजेशीर वाटते. एक आठवड्यापूर्वी परदेशी कार आयात करणाऱ्या एका व्यक्तीने एक जर्मन कार व ड्रायव्हर दिवसभरासाठी माझ्या ताब्यात दिले होते. त्या अत्याधुनिक गाडीची चाचणी घ्यावयाची होती. नियोजित वेळी दाराबाहेर विशिष्ट व्यापारी पेहरावातील एक तरुण करड्या रंगाच्या बीएमडब्ल्यू गाडीला

रेलून उभा होता. अपार्टमेंटच्या खिडकीतून मला भलीमोठी भारदस्त करकरीत गाडी दिसत होती. बाहेर किती उष्णता आहे हे आजमावण्यासाठी मी खिडकीच्या पट्टीस कपाळ टेकवून पाहिले. फ्लोरेन्सने माझ्या गळ्याभोवतालच्या रुमालावरून हळुवारपणे हात फिरवला. छोट्याशा चुंबनाने आम्ही एकमेकांचा निरोप घेतला. मी जिन्याच्या पायऱ्या धावतच उतरत होतो. फरशीला नुकत्याच दिलेल्या रंगाचा वास येत होता. गतकाळातील मी घेतलेला तो शेवटचा वास होता.

मी आजच्या बातम्या वाचल्या.

वाहतुकीमधील धोक्यांचा अहवाल सादर करत असतानाच रेडिओवर मधूनमधून बीटल्सचे 'ए डे इन लाइफ' गाणे वाजत होते. 'बॉईज डी बॉलॉंज (Bois de Boulogne) पार करत असताना बीएमडब्ल्यू गालिच्यावरून अलगद हवेतून जात असल्यासारखी सरकत होती. ती एक खाजगी जगातील ऐशोआरामाची बाब होती. माझा ड्रायव्हर खूश होता. मी त्याला मध्यान्हीचा बेत सांगितला. "माझा मुलगा पॅरिसच्या बाहेर २५ मैल अंतरावर त्याच्या आईकडे असतो. त्याला संध्याकाळपर्यंत शहरात आणावयाचे आहे."

लाईट्स बदलल्याची त्याने नोंद घेतली नाही.

मी जुलै महिन्यात माझ्या कुटुंबातून बाहेर पडलो. तेव्हापासून माझी आणि थिओफाइलची कधी गळाभेट झाली नव्हती. मी त्याच्यासोबत नाट्यगृहात 'फिलीप ॲरीस'चे (Philippe Arias) नवे नाटक पाहून 'प्लेस क्लीची'च्या (Place Clichy) उपाहारगृहात ऑईस्टर्स खाण्याचे ठरवले होते. हे सगळे अगोदरच ठरले होते. आम्ही आठवड्याचा शेवटचा दिवस एकत्र घालवत होतो. फक्त संपामुळे आमचा पचका होणार नाही एवढीच अपेक्षा आहे.

मला तुझ्यात बदल करायला आवडेल!

मला अंकरचना खूप आवडते. सुरांचे चढ-उतार त्यातून निघतात आणि शेवटचा सूर निघेपर्यंत टिकून राहतात. पियानोचे सूर जसे सात स्तरांवर आदळतात. आम्ही लीव्हॅलॉईजजवळ (Leavallois) पोहोचलो. बीएमडब्ल्यू माझ्या कार्यालयाच्या बाहेर थांबली. मी ड्रायव्हरला दुपारी तीन वाजता परत येण्यास सांगितले.

माझ्या टेबलवर फक्त एकच निरोप होता. काय निरोप होता!

सायमन व्ही.ला (Svimon V.) लगेच फोन करावयाचा होता. ही बाई माजी आरोग्यमंत्री होती आणि फ्रान्समधील एके काळची लोकप्रिय महिला होती. आयुष्यभर काल्पनिक मासिकाच्या सर्वोच्चस्थानी पदस्थ असण्याचा विचार करणारी होती. पण अशा प्रकारचा अनपेक्षित फोन क्वचितच येत असे. मी अगोदर विचारपूस केली. आपल्याकडून काही बोलले गेल्यामुळे किंवा कृती झाल्यामुळे ह्या अर्ध-थोर महिला फोन करण्यास उचकावण्यात आल्या. माझ्या साहाय्यकाने अत्यंत शिताफीने सुचवले, "बहुतेक आपल्या मागच्या अंकात छापून आलेला फोटो त्यांना आवडला नसावा." मी अंक काढून चाळला आणि ज्या फोटोमुळे आमच्याकडून गुन्हा घडला तो पाहिला. फिल्मी पद्धतीने काढलेल्या फोटोमुळे प्रिय मूर्तीचा गौरव वाटण्याऐवजी त्या उपहासात्मकच वाटत होत्या. आमच्या व्यवसायाचे हे एक अनाकलनीय रहस्य आहे. अनेक आठवडे अनेक कुशल हात एखाद्या गोष्टीवर काम करतात. पुन:पुन्हा मागे-पुढे फेरतपासणी करतात, पण सकृद्दर्शनी उठून दिसणारी एखादी चूक कोणाच्याच लक्षात येत नाही आणि एखादा नवशिक्या तीच गोष्ट एका क्षणात नजरेत आणून देतो. बऱ्याच दिवसांपासून चालू असलेल्या वादळाची मला कल्पना आली. या बाईंना वर्षानुवर्षांपासून आमचे मासिक तिच्या विरोधात आहे असेच वाटते. उलट, 'एल' (Elle) मासिकासाठी ती निष्ठावंत मूर्ती आहे, हे तिला समजावून सांगणे व तिचे मन वळवणे माझ्यासाठी अत्यंत कठीण काम होऊन बसले आहे. सर्वसामान्यपणे अशा हानिकारक बाबींवर प्रमुख मुद्रक ॲनी मॅरीच काम करते. तीच नेहमी अशा कीर्तिमान अस्तीनच्या सापांना हाताळत असते. माझ्यासारखा चतुर माणूस स्वत:ला हेन्री किसींजरपेक्षा (Henry Kissinger) टीनटीनचा (Tintin's) मित्र कॅप्टन हॅडॉकच्या (Haddock) जास्त जवळचा समजतो. आम्ही सव्वातीन तासांच्या चर्चेनंतर जेव्हा थांबलो, तेव्हा मला पायाखाली चिरडून गेलेल्या पायपुसण्यासारखे वाटले.

आमच्या संपादकीय कर्मचाऱ्यांना नाश्ता आणि जेवणाच्यामध्ये खाणे कंटाळवाणे वाटत असे आणि ते टाळण्याविषयी ते नेहमी बोलत असत; पण जगाच्या पाठीवर काही झाले तरी ते खाणे चुकू देत नव्हते. आमचे साहेब, ज्यांना सर्व साहाय्यक जेरोनिमो (Geronimo), लुईस XI आयातुल्हा (Ayatollah) समजत असत, ते नियमितपणे मधल्या खाण्यासाठी

उपस्थित राहत असत आणि साठ्याचा अहवाल घेत असत. जेवणाचा हा प्रशस्त हॉल मासिकाच्या इमारतीच्या वरच्या मजल्यावर आहे. इथेच वृत्तपत्रिकेमधील प्रत्येक जण आपण साहेबांच्या किती जवळचे आहोत हे दाखवण्याचा प्रयत्न करतो. त्यांचे अभिप्राय म्हणजे गोड शब्दांतील शालजोड्यापासून ते उघडउघड खरडपट्टीपर्यंत असत. त्यांची ती बोलताना उभे राहण्याची पद्धत, कपाळाला सतत आठ्या आणि नेहमी चिडून बोलणे आमच्या अंगवळणी पडले होते व आम्ही त्याकडे दुर्लक्ष करत होतो. शेवटच्या जेवणातील मला जर काही आठवत असेल, तर त्यांचे ते पाणी पिणे. त्या जेवणात बहुतेक गायीचे मांस मुख्य होते आणि त्यातूनच कदाचित आम्हा सर्वांना मॅड-काऊ डिझिझची लागण झाली होती. पण तेव्हा आम्ही कोणी बोललो नव्हतो. कारण तो आजार दिसण्यासाठी पंधरा वर्षं लागतात आणि त्या गोष्टीसाठी अजून खूप अवकाश होता. त्या दिवशी प्रेसिडेंट मीटरँण्ड दगावण्याची दाट शक्यता होती. वैद्यकीय अहवालामुळे ते एक आठवडा तरी जगतील की नाही यासाठी सगळ्या पॅरिसवासीयांचा जीव टांगणीला लागला होता आणि एवढी वेळ टळली असती, तर ते आणखी एखादा महिनातरी जगले असते. सगळ्यात वाईट गोष्ट म्हणजे हे जेवण मात्र सदैव चालूच राहणार आहे. मी कोणाचाही निरोप न घेता हळूच माझ्या ऑफिसमधून काढता पाय घेतला. जेव्हा ड्रायव्हरला भेटलो, तेव्हा संध्याकाळ होत होती. चार वाजून बराच वेळ झाला होता.

"आपण या अंधाराच्या जाळ्यात सापडू सर."

"मीच खऱ्या अर्थाने दोषी"

"मी तुमच्याबद्दलच विचार करत आहे सर."

एक क्षण मला वाटले, सर्व परिस्थिती पाहता नाट्यगृहात जाण्याचा आणि थिओफाइलबरोबर उपाहारगृहात जाण्याचा बेत रद्द करावा. घरी जावे, एक प्लेट क्रीम व चीज खावे व शब्दकोडे सोडवत बसावे. शेवटी, मी या थकण्यावर मात करण्याचे ठरवले.

"आपण हा ऑटोरूटचा मार्ग सोडून देऊ."

"जसे तुम्ही म्हणाल."

बीएमडब्ल्यू कितीही चांगली असली तरी ती पाँट डी सुरेसनेसच्या (Pont de Suresnes) गर्दीत फसते. आपण 'सेंट क्लाऊड'च्या (Saint

Cloud) मागून गार्चेसच्या (Garches) रेमंड-पॉईनकेअर (Raymond-Poincare) हॉस्पिटलजवळ निघू. मी माझ्या लहानपणीच्या कटू आठवणीशिवाय या ठिकाणाहून पुढे जाऊच शकत नाही. मी जेव्हा लीसीकाण्डोरसेट (Lyceecondorcet) येथे होतो, तेव्हा आमचे खेळाचे शिक्षक वॉक्रेसनच्या (Vaucreson) 'मार्च स्टेडियमला' (Marche stadium) मैदानी खेळासाठी आम्हाला घेऊन जात असत, जे मला मुळीच आवडत नसत. एके दिवशी आमची बस एका माणसावर जाऊन आदळली. तो माणूस दवाखान्यातून अचानक बाहेर पडला होता व आपण कोणीकडे जात आहोत, याकडे त्याचे लक्षच नव्हते. अचानक काहीतरी भयानक विचित्र आवाज आला. नंतर एकदम जोरात ब्रेक दाबल्याचा आवाज आला आणि क्षणात तो जागीच मरण पावला. बसच्या काचेवर रक्ताचे शिंतोडे उडाले होते. त्या दिवशीसुद्धा आजच्यासारखीच हिवाळ्यातील तिसऱ्या प्रहराची वेळ होती. पोलिसांची चौकशी आटोपेपर्यंत संध्याकाळ झाली होती. दुसऱ्या ड्रायव्हरने आम्हाला पॅरिसला परत नेले होते. मागच्या बाजूस ते मोठमोठ्याने 'पेन्नी लेन...' गाणे म्हणत होते. अद्याप बीटल्स. चव्वेचाळीस वर्षांचा होईल तेव्हा थिओफाइलला कोणती गाणी आठवतील?

एक-दीड तासाच्या प्रवासानंतर आम्ही आमच्या नियोजित स्थळी येऊन पोहोचलो. या घरात मी माझ्या आयुष्यातील दहा वर्षांचा काळ घालवला होता. या बागेत धुके पडत असे. इथे कित्येकदा ओरडण्याचा, किंचाळण्याचा व हसण्याचा आवाज आला होता. थिओफाइल वीकएंडसाठी उत्सुकतेने गेटजवळ बसून आमची वाट पाहत होता. फ्लोरेन्स, माझी नवी मैत्रीण, तिला फोन करणे मला आवडले असते; पण आज शुक्रवार, ती तिच्या आई-वडिलांकडे विश्रांतीसाठी गेली असेल. आमचे खेळून झाल्यावर मी तिच्याशी बोलण्याचा प्रयत्न करेन. मी फक्त एकदाच ज्यू लोकांच्या धार्मिक कार्यक्रमात भाग घेतला होता, तो इथेच ट्युनिशियन (Tunisian) वयोवृद्ध डॉक्टरच्या घरात. त्यांनीच माझ्या मुलांना या जगात आणले होते.

यानंतर प्रत्येक गोष्ट अंधूकशी, अस्पष्ट होत होती. तरीही मी बीएमडब्ल्यू चालवत होतो. समोरच्या गाडीच्या मागच्या नारंगी लाईट्स व डॅश बोर्डवरील लाईट्सकडे माझी नजर होती. माझी हालचाल मंदावली होती.

गाडीच्या समोरच्या लाईट्सच्या प्रकाशात रस्त्याचे वळण मी कसेबसे ओळखत होतो, पण पुष्कळ वेळा तडजोड करीत होतो. माझ्या कपाळावर घामाचे थेंब साचत होते. जेव्हा मी एखाद्या गाडीस मागे टाकून पुढे जात होतो तेव्हा ती एक गाडी दोन असल्यासारखे दिसत होते. पहिल्या चौकात गाडी थांबवून मी बाहेर आलो. मी बीएमडब्ल्यूमधून बाहेर आलो तेव्हा पाय लटपटत होते आणि पायावर उभे राहणे कठीण झाले होते. मी कसेबसे स्वतःला मागच्या सीटवर लोटून दिले. माझ्या डोक्यात विचार आला, माघारी जावे. जवळच खेड्यात माझी नर्स मेव्हणी दायने (Diane) राहत होती. तिच्या घरी जावे असे मला वाटले. अर्धवट शुद्धीत मी थिओफाइलला सांगितले, ''आपण घरी पोहोचताच तू पळत जाऊन ताबडतोब दायनेला बाहेर घेऊन ये.'' काही क्षणातच दायने आली. तिने लगेच तिचा निर्णय सांगितला, ''आपण शक्य तेवढ्या लवकर दवाखान्यात गेलेच पाहिजे.'' दवाखाना दहा मैल दूर होता. या वेळी ड्रायव्हर लगेच हळवा होऊन कान टवकारल्यासारखा दिसला. मला फार आश्चर्य वाटले. जसे काही मी एलएसडी गोळीच गिळली होती. मी म्हणालो, ''असा काही वेडेपणा करण्याइतका मी काही लहान नाही.'' मला एकदाही असे वाटले नाही की, मी मरणार आहे. मेट्सच्या (Mates) रस्त्यावरून कित्येक गाड्यांच्या रांगाच्यारांगा मागे टाकत बीएमडब्ल्यू भरधाव वेगाने धावत होती. सतत जोरजोरात हॉर्न वाजवत पुढेपुढे रेटत होती. मी सांगण्याचा प्रयत्न करत होतो, ''सावकाश गाडी चालवा, मला काही होणार नाही. मी बरा होईन. विनाकारण अपघाताचा धोका पत्करण्यात काही अर्थ नाही.'' पण माझ्या तोंडातून आवाजच बाहेर पडत नव्हता. माझ्या डोक्यावरचा माझा ताबा गेला होता. ते माझ्या मानेवर हलत होते. सकाळचे बीटल्सचे गाणे मला परत आठवू लागले.

आणि जरी बातमी दुःखद होती, तरी मला हसावे लागले होते. मी फोटोग्राफ पाहिला.

आम्ही थोड्याच वेळात दवाखान्यात पोहोचलो. सर्व जण चिंताग्रस्त होऊन सैरावैरा धावत होते. लेच्यापेच्या व अस्ताव्यस्त अवस्थेत माझी व्हिलचेअरमध्ये रवानगी करण्यात आली. बीएमडब्ल्यूची दारे मृदू आवाजात (क्लिक) बंद झाली. कधीतरी मला एकाने सांगितले होते, आपण अशी

कारची दारे बंद करू शकतो. व्हरांड्यातील निऑनच्या प्रखर प्रकाशामुळे माझे डोळे दिपून गेले होते. लिफ्टमध्ये अनोळखी लोकसुद्धा मला धीर देत होते. बीटल्सचा नवीन अल्बम 'अ डे इन द लाईफ' गाण्यात भर टाकत होते. पियानो सातव्या मजल्यावरून खाली आदळत आहे; तो जमिनीवर आदळण्यापूर्वी माझा शेवटचा विचार... आपल्याला नाटक रद्द करावे लागेल. नाहीतरी आपल्याला उशीर झालाच आहे. आपण उद्या रात्री जाऊ. थिओफाइल कुठे गेला असेल?

आणि त्यानंतर मी दीर्घ बेशुद्धावस्थेत (Coma) गेलो.

सीझन ऑफ रिन्युअल

उन्हाळा जवळपास संपलाच होता. रात्री थंडी पडत होती. मी पुन्हा 'पॅरिस हॉस्पिटल' असा शिक्का असलेल्या उबदार ब्लँकेटमध्ये निजू लागलो. चादरी धुणारी मोलकरीण, दंतचिकित्सक, पोस्टमन, नुकतीच आजी झालेली नर्स, थॉमस आणि ज्याने जून महिन्यातच पलंगाच्या दांडीत आपले बोट मोडून घेतलेला तो माणूस असा सर्व ओळखीच्या चेहऱ्यांचा समूह दररोज रूममध्ये येत होता. माझ्या जुन्या आठवणी, जुन्या सवयी पुन्हा ताज्या होत होत्या. दवाखान्यातील या हिवाळ्याच्या सुरुवातीने मला एक गोष्ट स्वच्छपणे उमगली आहे. मी एका नव्या आयुष्याची सुरुवात केली आहे आणि ते आयुष्य म्हणजे या दवाखान्यातील आयुष्य. या पलंगावर, व्हीलचेअरमध्ये आणि हे व्हरांडे. बस्स! यापलीकडे काही नाही!

सप्टेंबर महिना म्हणजे सुट्ट्या संपून पुन्हा शाळेत आणि कामावर जाण्याचा महिना आहे. इथे दवाखान्यातसुद्धा नवा हंगाम चालू होतो. माझ्यातसुद्धा थोडी प्रगती झाली आहे. माझ्या वाचा-उपचारातील संगीतमय प्रशस्तिपत्र म्हणजे आता मी कांगारूचे छोटे गाणे थोडेथोडे चिरक्या आवाजात म्हणू शकतो.

The kangaroo escaped the Zoo,
Goodby Zoo! Cried Kangaroo...
cleared the wall with one clean jump,
Leapt accross with a great big thump...

कांगारू प्राणिसंग्रहालयातून पळाला,
प्राणिसंग्रहालयास कांगारू 'बाय' म्हणाला,
भिंत पार केली एका उडीत,
आणि कुठेतरी पळून गेला, लांब उड्या मारीत...

पण इथे बर्कमध्ये बाहेरच्या जगातील आपल्या कामांवर आणि जबाबदाऱ्यांवर गेलेल्या समुदायाचा आवाज फारच अस्पष्टपणे प्रतिध्वनित होतो. खरेतर पॅरिसच्या काम करणाऱ्या जगात हे साहित्यविश्वात, पत्रकारितेच्या जगात आणि शाळेत परत जाण्याचे दिवस आहेत. माझे मित्र जेव्हा त्यांच्या जवळच्या विशेष बातमीसह मला भेटण्यासाठी बर्कला परत येतील तेव्हा मला सर्व सविस्तर वृत्तान्त थोड्याच दिवसांत कळेल. आता बहुतेक थिओफाइल रबरी शूज घालून जवळपास फिरतो आणि त्याच्या प्रत्येक पावलागणिक त्याच्या बुटाच्या टाचेत लाईट लागतो. त्यामुळे अंधारातसुद्धा आपण त्याचा पाठलाग करू शकतो. आयुष्यात पहिल्यांदाच मी ऑगस्ट महिन्याच्या शेवटच्या आठवड्याच्या सुट्टीचा आस्वाद घेत आहे आणि माझ्या मनावरसुद्धा कुठले दडपण नाही. कारण आता सुट्ट्या कधी संपणार, ते दिवस मोजण्याचे काही कारण नाही. सुट्ट्या संपणार या धास्तीनेच उरलेल्या सुट्ट्यांची सगळी मजा जाते.

क्लॉडी (Claude) हालचाल करणाऱ्या छोट्या टेबलाचाच लिहिण्यासाठी उपयोग करते. मागच्या दोन महिन्यांपासून दुपारी रिकाम्या वेळात आम्ही संयमाने जे लेखन केले ते ती टेबलावर आपले कोपरे टेकवून वाचत आहे. काही पाने मला पुन्हा पाहण्यास आवडतात, मात्र काही पाने नाराज करतात. त्या सर्व पानांचे एक पुस्तक होईल का? मी जेव्हा क्लॉडीचे बोलणे ऐकतो, तेव्हा मी तिचे काळे केस, ऊन-वाऱ्याने गुलाबी झालेले गाल, हातावरच्या लांब निळसर शिरा आणि रूमभर परसरलेले तिचे सामान यांचा विचार करतो. मी या तिच्या सगळ्या गोष्टी उन्हाळ्यात केलेल्या कष्टांच्या स्मरणार्थ माझ्या मनाच्या एका कोपऱ्यात साठवून ठेवेन. निळी मोठी वही जिची पाने आपल्या नीट अक्षराने तिने भरली आहेत; शाळेतील मुलासारखा तिचा पेन्सिल्स ठेवण्याचा डबा, त्यात जास्तीच्या बॉलपेन्स भरल्या आहेत; मला खोकला आला किंवा थुंकी

पुसण्यासाठी ढीगभर पेपर नॅपकिन्स जमा केले आहेत आणि तिची ती लाल पर्स त्यात तिने कॉफी मशीनसाठी नाणी साठवून ठेवली आहेत, जी ती अधूनमधून धुंडाळत असते. तिची पर्स नेहमी अर्धवट उघडीच असते. त्यात हॉटेलच्या रूमची किल्ली, मेट्रोचे तिकीट आणि शंभर फ्रान्सची चार घड्या केलेली नोट मला दिसते. जसे काही एखादा अंतराळवीर पृथ्वीवरील लोक कसे राहतात? कसे फिरतात? व्यवहार कसा करतात? हे पाहण्यासाठी पाठवला आहे आणि त्याने अनेक वस्तू परत आणल्या आहेत. ते दृश्य पाहून मी फार चिंताग्रस्त होतो आणि संभ्रमात पडतो. या विश्वात माझा रेशमी कोष उघडण्यासाठी एखादी किल्ली कुठे असेल का? एखादी असेल का मेट्रो लाईन, जिला शेवट नाही? आणि एखादे चलन, जे माझे स्वातंत्र्य परत विकत घेण्याइतपत सक्षम असेल? आपण शोधत राहिले पाहिजे. आता मी संपेन!

बर्क-प्लेज, जुलै-ऑगस्ट १९९६.

Contact : ✆ 020-24476924 / 24460313
Website : www.mehtapublishinghouse.com
info@mehtapublishinghouse.com
production@mehtapublishinghouse.com
sales@mehtapublishinghouse.com